கோவூர் கிழார்

கி. வா. ஜகந்நாதன்

Title: Kovoor Kilar

Author: Ki. Va. Jagannathan

Language: Tamil

First Published on: 1968

Year of Publication: 2025

Book Format: Paperback

*Page Size: 6inch * 9inch*

Category: Fiction

Subject: Short Stories

No. of pages: 68

ISBN: 978-81-689743-3-3

Published by: Nilan Publishers, Madurai, Tamilnadu, India

பொருளடக்கம்

குறிப்புகளுக்காக

கோவூர் கிழார்

1. சோழன் நலங்கிள்ளி

"இப்போது பட்டத்துக்கு வந்திருக்கும் மன்னன் இளமையுடையவன் என்று சொல்கிறார்களே!"

"சொல்கிறது என்ன? இளமையை உடையவன்தான். அதனால் என்ன? சிங்கத்தின் குட்டியென்றால் யானையை வெல்லாதா?"

"எத்தனையோ வீரச் செயல்களைச் செய்து தம் வெற்றியைப் பிற நாடுகளிலும் நாட்டிய மன்னர்கள் பிறந்த குலம் ஆயிற்றே, சோழகுலம்! இந்தக் குலத்தின் பெருமைக்கும் சோழ நாட்டின் சிறப்புக்கும் ஏற்றபடி ஆட்சி புரியும் ஆற்றல் இந்த இளைய மன்னனுக்கு இருக்குமா?"

"பழங்காலத்தில் சோழ குலத்தில் கதிரவனாக விளங்கிய கரிகாலன் இன்னும் இளமையில் அரசை ஏற்றான். அவன் பெற்ற புகழை யார் பெற முடியும்? இன்றும் சோழ நாடு காவிரியினால் வளம் பெற்று வாழ்கிறதற்குக் காரணம் கரிகாலன் கட்டுவித்த கரைதானே? நாம் வாழ்கிறோமே, இந்த உறையூர்; இந்நகரம் இவ்வளவு அழகாகவும் சிறப்பாகவும் இருப்பதற்கு அந்த மன்னர் பிரான்தானே காரணம்?"

இவ்வாறு உறையூரில் வாழும் குடிமக்களில் இருவர் பேசிக்கொண்டிருந்தனர். அப்போதுதான் சோழநாட்டின் அரசனாக நலங்கிள்ளி என்பவன் அரியணை ஏறியிருந்தான். அவன் இளம் பருவமுடையவன். அதனைப்பற்றியே இருவரும் பேசிக் கொண்டிருந்தார்கள்.

"பண்டைக் காலந்தொட்டு வரும் பழமன்னர் குடிகள் தமிழ் நாட்டில் மூன்று உண்டு. சோழர் குடியும் பாண்டியர் குடியும் சேரர் குடியும் ஆகிய இந்த மூன்று குலமும் பழமைக்கும் ஆற்றலுக்கும் அடையாளமாக விளங்குகின்றன. அந்த மூன்றிலும் சோழர் குலத்தின் பெருமையே பெருமை!"

“ஆம்! நாம் சோழ நாட்டில் வாழ்கிறவர்கள். அதனால் நமக்குச் சோழர் குலந்தான் உயர்வாகத் தெரியும். பாண்டி நாட்டில் வாழ்கிறவர்களைக் கேட்டுப் பார். அவர்களுடைய மன்னர் குடியையே சிறப்பிப்பார்கள்.”

“உண்மைதான். ஒவ்வொரு குடிக்கும் ஒவ்வொரு சிறப்பு உண்டு. அந்தச் சிறப்பு மற்றவர்களுக்கு வராது. சோழ நாடு என்றாலே சோற்று வளம் உடையதென்பதை மற்ற நாட்டுக்காரர்களும் ஒப்புக்கொள்வார்கள். தமிழகத்தில் உள்ள ஆறுகளுக்குள் காவிரி பெரியது. இந்தப் பெரிய ஆற்றினால் வளம் பெறும் சோழ மண்டலத்தின் நீர் வளத்தையும் நில வளத்தையும் புலவர்கள் பாராட்டியிருக்கிறார்கள்.”

“வளம் சிறந்த சோழ நாட்டில் நாம் பிறந்ததற்காகப் பெருமிதம் அடையத்தான் வேண்டும்.”

“அதற்காக நான் சொல்ல வரவில்லை. இத்தகைய நாட்டைக் காக்கும் கடமையை மேற் கொள்ளும் மன்னன் அறிவும் ஆற்றலும் உடையவனாக இருக்க வேண்டும் அல்லவா?”

“சோழர் குலத்தில் உதிக்கும் யாருமே ஆற்றலுடையவர்களாக இருப்பார்கள். சில பேர் சில சமயங்களில் மக்களின் அன்புக்கு உரியவர்களாக இராமற் போனதுண்டு. ஆனால் பெரும்பாலும் சோழ மன்னர்கள் குடி மக்களின் நன்மையையே தம்முடைய நன்மையாக எண்ணி ஆவன செய்து வருவார்கள். இப்போது மன்னனாக வந்திருக்கும் நலங்கிள்ளியும் சோழ குலத்தின் பெருமையைப் பாதுகாத்துப் புகழ் பெறுவான் என்றே நினைக்கிறேன்.”

“அரசன் எவ்வளவு ஆற்றல் உடையவனானாலும் அவனுக்கு அமைகின்ற அமைச்சர்கள் தக்கவர்களாக இருக்க வேண்டும். அரசனுக்கு வழி காட்டும் அறிவும் அநுபவமும் உள்ளவர்கள் அமைச்சர்களாக இருந்தால், ஆட்சி நன்றாக நடைபெறும். குடிமக்கள் அந்த ஆட்சியின்கீழ் நன்மையை அடைவார்கள்.”

இவ்வாறு சோழ நாட்டில் பலருக்கு அரசனைப் பற்றிய ஐயம் இருந்து வந்தது. இளமைப் பிராயம் உடையவனாதலின் நலங்கிள்ளி

பகைவருக்கு அஞ்சாமல் பெரும் படையைச் சேர்த்து மக்களுடைய மதிப்பையும் பெறும் நிலையில் இருந்தான். நல்ல வேளையாக அந்த மன்னனுக்கு அமைச்சராகவும் அவைக்களப் புலவராகவும் வாய்த்தார் சாத்தனார் என்ற சான்றோர். அவர் உறையூரில் வாழ்பவர்; தமிழ் இலக்கிய இலக்கணங்களில் நிரம்பிய புலமையுடையவர்; சிறந்த கவிஞர்; சோழ மன்னர்களின் பெருமையை நன்கு அறிந்தவர்; நலங்கிள்ளியின் காலத்துக்கு முன்பே சோழ மன்னனது அவைக்களத்துப் புலவர்களில் சிறந்தவராக இருந்தார். நலங்கிள்ளி தன் தந்தை இறந்தவுடன் இளமையிலே முடியைத் தாங்கவேண்டி வந்தது. சோழர் குலத்துக்குரிய அரியணையில் அவ்வளவு இளம் பருவத்தில் அவன் ஏறுவதனால் அவனுக்கு வழிகாட்டத் தக்க சான்றோர்கள் இருக்க வேண்டுமென்று அவனுடைய அன்னை எண்ணினாள். அவன் தந்தை இருந்த காலத்தில் உறையூர்ச் சாத்தனாரின் புலமையையும் சதுரப் பாட்டையும் நன்கு அறிந்தவள் அவள். ஆதலின் அப்பெரியார் தன்னுடைய மகனுக்கு அறிவுரை கூறி நல்வழிப்படுத்தும் துணையாக வாய்த்தால் நலமாக இருக்கும் என்று எண்ணினாள். ஒரு நாள் அப் புலவர் பெருமானை வருவித்துத் தன் கருத்தைத் தெரிவித்தாள்.

ஆண்டில் இளையராக இருக்கும் அரசர்களுக்கு அறிவுரை கூறும் பெரியோர்களை முதுகண் என்று சொல்வது பழைய கால வழக்கம். நலங்கிள்ளியினுடைய அன்னையின் விருப்பப்படியே சாத்தனார் என்னும் புலவர் அவ்வரசனுக்கு முதுகண் ஆனார். அதனால் அவரை யாவரும் உறையூர் முதுகண்ணன் சாத்தனார் என்று சிறப்பித்து வழங்கத் தலைப்பட்டனர்.

இளைய வேந்தன் சோழ மண்டலத்தின் அரசுரிமையை ஏற்றான்; அவனுக்குரிய நல்லுரை வழங்கி, செய்யத் தக்கவை இன்னவை செய்யத்தகாதவை இன்னவை என்று அறிவுறுத்த முதுபெரும் புலவராகிய முதுகண்ணன் சாத்தனார் இருக்கிறார் என்ற செய்தி சோழநாட்டு மக்களுக்குத் தெரிந்தபோது, அவர்களுக்கு ஆட்சி இனிது நிகழும் என்ற நம்பிக்கை உண்டாயிற்று.

நலங்கிள்ளி தன் குலத்துக்கு ஏற்றபடி ஆண்மையிற் சிறந்தவனாக இருந்தான். மற்றவர்கள் அவனுக்கு முதுகண்ணாக இருந்தால் அவர்கள் அரசியலோடு தொடர்புடைய நுட்பங்களே மாத்திரம்

அறிவுறுத்துவார்கள். ஆனால் முதுகண்ணன் சாத்தனார் பெரும் புலவரல்லவா? தமிழ் நூல்களை அவரிடம் நலங்கிள்ளி பயின்றான். பகைவரை வென்று பல நாடுகளை அடிப்படுத்தும் வேந்தனுடைய வீரம் சிறப்புடையதுதான். ஆனாலும் அந்த வீரத்தைப் பலரும் தெரிந்து கொள்ளும்படி புலவர்கள் பாடினால் வேந்தனுடைய புகழ் பரவும். புலவர் பாடும் புகழை உடைய மன்னர்களை வருங்கால மக்களுடைய பாராட்டுக்கு உரியவர்கள் என்ற உண்மையை நலங்கிள்ளி உணர்ந்தான். தமிழ் நயம் தேரும் ஊக்கம் அவனிடம் மிகுதி ஆக ஆகப் புலவர்களிடத்தில் அவனுக்கு மதிப்பு மிகுதி ஆயிற்று. ‘நாம் சோழர் குலத்திலே பிறந்ததனால் பெரிய புகழ் பெற்றோம். மன்னரைக் காட்டிலும் புலவர்களைத்தான் சான்றோர்கள் சிறந்தோராக மதிப்பார்கள். நாமும் புலவர் வரிசையில் ஒருவர் ஆகவேண்டும்’ என்ற விருப்பம் சோழனுக்கு உண்டாயிற்று.

செந்தமிழ்ப் பெரும் புலவராகிய சாத்தனார் அருகில் இருக்கும்போது நலங்கிள்ளியின் விருப்பம் நிறைவேறுவது அருமையான செயலா? அம் மன்னனும் இனிய கவிதை இயற்றும் வன்மை உடையவனானான். தானும் புலமை பெற்றதனால் புலவர்களுடைய தரத்தை உணரும் ஆற்றல் அவனுக்கு அதிகமாயிற்று. அவனிடம் இருந்த புலமைத் திறம் அவனிடம் பொறாமையை உண்டாக்காமல் புலமைக்கு மதிப்பளிக்கும் இயல்பையே வளர்த்தது. அதனால் தண்டமிழ்ப் புலவர் பலர் அவனிடம் வந்து பாடினர்; பாடிப் பரிசில் பெற்றுச் சென்றனர். அவர்கள் வாயிலாக நலங்கிள்ளியின் புகழ் சோழ நாடு முழுவதும் பரவியது. அது மாத்திரமா? புலவர்கள் எந்த நாட்டில் பிறந்தாலும் தமிழ் வழங்கும் இடம் எங்கும் போய்வரும் உரிமை படைத்தவர்கள். ஆதலால், பாண்டி நாடு, சேர நாடு என்ற மண்டலங்களுக்குப் போகும்போது அங்கும் நலங்கிள்ளியின் புகழைப் பரப்பினர். அவன் புலவர் பாடும் புகழுடையவன் ஆனான். அவனிடம் வந்த புலவர்களில் கோவூர் கிழார், ஆலத்தூர் கிழார், மதுரைக் குமரனார் என்பவர் பாடிய பாடல்கள் இப்போதும் நமக்குக் கிடைக்கின்றன.

2. கோவூர் கிழார்

தொண்டை நாட்டில் கோவூர் என்பது ஓர் ஊர். அங்குள்ள வேளாளர் குடி ஒன்றில் கோவூர் கிழார் பிறந்தார். சால்பும், தெய்வ பக்தியும், தமிழ்ப் புலமையும், பேரறிவும் நிரம்பிய குலத்திற் பிறந்த அவருக்கு இளமையிலே சிறந்த புலமை உண்டாயிற்று. அவருடைய தாய் தந்தையர் வழக்கப்படியே அவருக்கு ஒரு பெயர் வைத்தார்கள். இளமையில் புலமை நிரம்பிய அவர் வளர வளர, அறிவும் புகழும் வளர்ந்தன. இந்த நாட்டில் நன்கு மதிப்பிற்குரிய பெரியோர்களைப் பெயர் சொல்லி அழைத்தல் மரபன்று. அவர்களுடைய ஊரையோ, குடியையோ, வேறு சிறப்பையோ சுட்டித்தான் அவர்களைக் குறிப்பிடுவார்கள். மதுரையில் பழங்காலத்தில் ஒரு சிறந்த ஆசிரியர் இருந்தார். பள்ளிக்கூட ஆசிரியர் அவர். அவருடைய இயற்பெயர் இன்னதென்று இப்போது தெரியாது. ஆசிரியரைக் கணக்காயர் என்பார்கள். அந்தப் பெரியாருடைய பெயரை வெளிப்படையாக யாரும் சொல்வதில்லை; எழுதுவதும் இல்லை. ஆனால் எல்லாரும் அவரைக் கணக்காயனார் என்றே குறிப்பிட்டு வந்தார்கள். கடைசியில் அவருக்கு இயற்கையாக இருந்த பெயரை யாவரும் மறந்துவிட்டார்கள். மதுரைக் கணக்காயனார் என்ற பெயரே அவருக்கு நிலைத்து விட்டது. பெரும்புலவராக விளங்கிய நக்கீரருக்குத் தந்தையார் அவர். நக்கீரரைப் பற்றிப் பழம் புலவர்கள் குறிக்கும்போது, மதுரைக் கணக்காயனார் மகனார் நக்கீரனார் என்று எழுதுவது வழக்கம். அந்தக் கணக்காயனாருடைய இயற்பெயர் இன்னதென்பது இன்று யாருக்கும் தெரியாது.

அதுபோலக் கோவூரிற் பிறந்த இந்தப் புலவர் பெருமானுக்கும் தாய் தந்தையர் வைத்த பெயர் இன்னதென்று நமக்குத் தெரிய வகையில்லை. வேளாண் குடியிலே பிறந்தவர்களுக்குக் கிழார் என்ற சிறப்புப் பெயர் உண்டு. இந்தப் புலவரை யாவரும் கோவூர் கிழார் என்றே வழங்கத் தொடங்கினர். யாவரும் இவருடைய ஊரைச் சொன்னார்களே ஒழியப் பேரைச் சொல்லவில்லை. பெரியவர்கள் ஊரைச் சொன்னாலும் பெயரை வெளிப்படையாகச் சொல்வது மரியாதை அன்று என்பது தமிழ் மக்களின் எண்ணம். "ஊரைச்

சொன்னாலும் பேரைச் சொல்லக் கூடாது" என்ற பழமொழி இந்த மரபை நினைப்பூட்டுகிறது.

கோவூர் கிழாரின் பெருமையை உறையூரில் உள்ள மக்கள் அறியும் வாய்ப்பு ஒன்று நேர்ந்தது. முதுகண்ணன் சாத்தனார் அடிக்கடி சோழ நாட்டில் உள்ள புலவர்களைக்கூட்டிப் புலவர் அரங்கை நடத்தி வந்தார். முதிய புலவர்களும் இளம் புலவர்களும் அந்த அரங்கத்துக்கு வந்தார்கள். அரங்கில் அரசனே தலைவனாக இருப்பான். முதுகண்ணன் சாத்தனார் புலவர்களில் தலைவராக விளங்குவார். அவரவர்கள் தாங்கள் அரசனைப் பற்றிப் பாடிய பாடல்களைக் கூறுவார்கள். அப்போது புலவர்களின் தகுதி நன்றாக வெளிப்படும். உறையூரில் உள்ள மக்களும் அத்தகைய அரங்கத்துக்கு வந்து நிகழ்ச்சிகளைக் கண்டு களிப்பார்கள். விழாக் காலங்களில் அத்தகைய புலவர் அரங்கு நிகழும். புலவர்கள் ஒருங்கு கட்டி ஆராய்வதற்கென்றே ஒரு மண்டபம் இருந்தது. அதற்குப் பட்டி மண்டபம் என்று பெயர்.

இத்தகைய விழாக் காலம் ஒன்றில் கோவூர் கிழாரும் கலந்துகொண்டார். அவர் ஆண்டில் இளையராக இருந்தார். இருப்பினும் அவருக்கு இருந்த புலமையைக் கண்டு முதுகண்ணன் சாத்தனார் வியந்தார். அவர் நாளடைவில் பெரும் புகழை அடைவார் என்ற கருத்துச் சாத்தனாருக்கு உண்டாயிற்று.

நலங்கிள்ளியின் இளமையைக் கண்டு சேர பாண்டியர்கள் அவனுடைய ஆற்றலை மதியாமல் இருந்தார்கள். "இவனைத் தக்க சமயத்தில் நாம் வென்று விடலாம்" என்று பேசிக்கொண்டார்கள். சோழநாட்டிலும் சோழமன்னர் குடியிலே பிறந்த சிலர் அங்கங்கே சிறிய ஊர்களைத் தம்முடையன வாக்கிக்கொண்டு குறுநில மன்னர்களாக வாழ்ந்தார்கள். அவர்களும் தம் மனம் போனபடியெல்லாம் பேசினார்கள்.

நலங்கிள்ளியின் தாயாதிகளில் ஒருவன் சோழ நாட்டில் ஒரு சிற்றூரில் இருந்து வந்தான். நெடுங்கிள்ளி என்பது அவன் பெயர். அவனுக்கு எப்படியாவது சோழநாட்டைத் தனக்கு உரிமையாக்கிக் கொண்டு, தானே சோழ சக்கரவர்த்தியாக வேண்டுமென்ற ஆசை. நலங்கிள்ளியைப் போரில் வெல்லுவது

எளிது என்று அவன் எண்ணிக் கொண்டிருந்தான். சில படைகளையும் திரட்டினான். "இந்த முடி என் தலையில் இருக்க வேண்டியது. நான்தான் சோழ குலத்தின் முறை யான வழித் தோன்றல்" என்று சொல்லிக் கொண்டிருந்தான். மன்னர் குலத்தில் ஒரு மன்னனுக்குப் பலர் புதல்வர்களாகப் பிறப்பார்கள். முதல் மகனுக்குத்தான் அரசுரிமை உண்டு. ஆயினும் மற்றப் பிள்ளைகள் அரசுரிமைக்கு ஆசைப்பட்டுச் சூழ்ச்சி செய்தும், படைப்பலம் கூட்டிப் போர் புரிந்தும் ஆட்சி செய்து வரும் மன்னனை விலக்கித் தாமே அரசு கட்டில் ஏறுவது சில இடங்களில் நடைபெறும். உலக வரலாற்றை ஆராய்ந்தால் இத்தகைய நிகழ்ச்சிகள் பலவற்றைக் காணலாம்.

நெடுங்கிள்ளி என்பவன் தான் சோழ குலத்தில் பிறந்த ஒன்றைத் தனக்கு வலிமையாக வைத்துக்கொண்டு, சோழ சிங்காதனத்தில் ஏற ஆசைப்பட்டான்; அதற்கான முயற்சிகளையும் செய்து வந்தான். நலங்கிள்ளியைப்பற்றி இழிவாகவும் பேசி வந்தான்.

இந்தச் செய்தியைக் கேட்டான் நலங்கிள்ளி. அவன் நினைத்தால் ஒரு நாளில் நெடுங்கிள்ளியை அழிக்கமுடியும். ஆனால் முதுகண்ணன் சாத்தனார் அமைதியையே உபதேசித்தார். பொங்கி வரும் தினத்தை அடக்கி அமைதியாக இருப்பதனால், மன்னன் புகழ் பெறுவதோடு அவனுடைய குடி மக்களும் அமைதி பெற்று வாழ்வார்கள் என்பதை வற்புறுத்திக் கூறி வந்தார்.

ஒருநாள் நெடுங்கிள்ளி படை திரட்டுகிறானென்றும், இழிவாகப் பேசுகிறானென்றும் ஓர் ஒற்றன் செய்தி கொண்டு வந்தான். அதைக்கேட்டு நலங்கிள்ளி சிங்கம்போலத் துள்ளிக் குதித்தான். கோபம் மூண்டது; சிரித்தான்; கோபத்திலும் சிரிப்பு வரும் அல்லவா? "பைத்தியக்காரன்! இவன் சோழ குலத்தில் உதித்தமையால் சோழப் பேரரசுக்கே உரியவனாகி விடுவானோ? மூத்த மகனுக்கே அரசு உரியது என்ற மரபு உலகம் அறிந்தது. அதை எண்ணாமல் இவன் தருக்கி நிற்கிறானே! 'நான் சோழ குலத்திற் பிறந்தவன். எனக்கு அரசுரிமை வேண்டும். ஏதேனும் நிலப்பகுதி வேண்டும்' என்று என்னிடம் வந்து கேட்கட்டும். இந்த அரசையே தந்து விடுகிறேன். ஆனால் என்னுடைய ஆண்மையை, என்னுடைய ஊக்கத்தை இழித்துப் பேசும் முட்டாளுக்கு நான் அஞ்சுவேனா?

இருந்த இடத்திலேயே அடங்கிக் கிடந்தானானால் பிழைப்பான். என்னுடன் போருக்கு வந்தானானால் தொலைந்தான். சோழ நாடு வலியில்லார் நிறைந்த நாடு அன்று. போர் எங்கே வரப்போகிறது என்று தினவு கொண்ட தோள் உடையவர்களாகப் பல வீரர்கள் இருக்கிறார்கள். ஒரு வார்த்தை சொல்லவேண்டியதுதான்; அவர்கள் புறப்பட்டுவிடுவார்கள். வளைக்குள் புகுந்து கொண்டிருக்கும் எலியைப் போல இருக்கிறான் அவன். அங்கே புகுந்து அவன் இருக்கும் இடத்தை நாசமாக்கி, அழித்து விட்டுத்தான் மறு காரியம் பார்ப்பார்கள். அவன் ஏதாவது குறும்பு செய்யட்டும். நான் சென்று மூங்கிலைத் தின்னும் யானையின் காலில் அகப்பட்ட அதன் முளையைப் போல அழித்துவிடுகிறேன். அப்படிச் செய்யாவிட்டால் நான் தீய ஒழுக்க முடையவன் என்ற இழிநிலையைப் பெறுவேனாக!" என்று நலங்கிள்ளி தன் சிற்றத்தைத் தன் பேச்சிலே காட்டினான்; வஞ்சினங் கூறினான்.

அவன் பேசும் மட்டும் முதுகண்ணன் சாத்தனார் அமைதியாகக் கேட்டுக்கொண்டிருந்தார். அரசர்களுக்கு வெகுளி உண்டாகும்போது இடையிலே தடுத்துப் பேசினால் பேசுவோருக்கு அபாயம் நேரும். எந்த மனிதனும் கோபத்தில் யார் பேச்சையும் கேட்பது அரிது. அப்படி இருக்க, மன்னர் குலத்திற் பிறந்த நலங்கிள்ளியை இடையிலே பேசித் தடுப்பதென்பது எளிதா? ஆதலால் முதுகண்ணன் சாத்தனார் நலங்கிள்ளியின் வஞ்சினத்தைக் காது கொடுத்துக் கேட்டுக்கொண்டிருந்தாரே ஒழிய இடையிலே ஒன்றும் பேசவில்லை.

அரசன் ஒருவாறு பேசி முடித்தான். முதுகண்ணன் சாத்தனார் கூடியவரையில் போர் நிகழாமல் செய்ய வேண்டும் என்னும் கொள்கையுடையவர். அவர் சிறிது நேரம் மௌனமாக இருந்தார். அரசனுக்குப் படபடப்பு அடங்கிக்கொண்டு வந்தது. மெல்ல முதுகண்ணன் சாத்தனாரைப் பார்த்தான்; "நீங்கள் என்ன சொல்கிறீர்கள்?" என்று கேட்டான்.

"அரசர் பெருமான் வஞ்சினங் கூறியது சரிதான். தன்னுடைய வலியையும் மாற்றான் வலியையும் துணை வலியையும் தெரிந்துகொள்ளாமல் அவன் பேசியிருக்கிறான். அந்தப் பேச்சுக்குப் பொருள் இல்லை" என்று மெல்லக் கூறினார் புலவர்.

“பொருள் இல்லை யென்று நாம் சும்மா இருப்பதா? நம்முடைய ஆற்றலை உணரும்படி செய்யவேண்டாமா?” என்று கேட்டான் நலங்கிள்ளி.

“செய்ய வேண்டியதுதான். ஆனால் இதற்காக உடனே படையெடுத்துச் சென்று போரிடுவது நம்முடைய பெருமைக்கு ஏற்றதாகாது. கொசுவைக் கொல்லக் கோதண்டம் எடுத்தது. போலாகும்.”

“பின் என்ன செய்யலாம்?”

“அவன் தான் இருக்கும் இடத்தில் இருந்து என்ன வேண்டுமானாலும் சொல்லிக் கொண்டிருக்கட்டும். நம்மிடம் வந்தானானால் அப்போது பார்த்துக்கொள்ளலாம்” என்றார் புலவர்.

“அவன் தன் மனம் போனபடி யெல்லாம் பேசிக்கொண்டிருக்க நாம் ஒன்றும் செய்யாமல் இருப்பதா? அது வீரமாகுமா?”

“அவன் வெறும் சொற்களைத்தானே வீசுகிறான்? அதற்கு ஏற்றபடி நாமும் ஏதாவது செய்து சற்றே அச்சமூட்டுவது போதும்.”

“அது எப்படி?” என்று மன்னன் கேட்டான். அந்த மன்னனுடைய கேள்வியில் ஆவல் ஒலித்தது.

“இதுகாறும் மன்னர் பிரான் உரைத்த வஞ்சினச் சொற்களை அவன் தெரிந்துகொள்ளும்படி செய்தாலே போதுமென்று தோன்றுகிறது.”

“எனக்குத் தாங்கள் சொல்வது விளங்கவில்லை. நான் இப்படி யெல்லாம் பேசினேன் என்பதை அவனிடம் யாரையாவது சொல்லும்படி செய்வதா?”

“ஒரு விதத்தில் அப்படிச் செய்வதாகத்தான் ஆகும். ஆனால் அவன் காற்றுவாக்கிலே பேசுகிற பேச்சுப்போல இல்லாமல் இது இன்னும் உரமுள்ள உருவத்தில் இருந்தால் நல்லது.”

மன்னனுக்குப் புலவரின் கருத்து விளங்கவில்லை. அவர் கருத்தைத் தெளிந்துகொள்ளும் ஆவல் மிகுதியானமையால், அவன் உள்ளத்தில் முளைத்திருந்த கோபம் ஆறியது. எனக்குத் தங்கள் கருத்தை விளங்கச் சொல்ல வேண்டும்" என்று அமைதியான குரலில் பேசினான் மன்னன்.

புலவர் அதைத்தான் எதிர்பார்த்தார். சற்றே புன்முறுவல் பூத்தார். "மன்னர்பிரான் தம் கருத்தைப் பாடலாகப் பாடி அவன் காதில் விழும்படி செய்தால் அது அவன் மனத்தில் உறைக்கும். யார் யாரிடமோ பிதற்றுகிறானே, அந்தப் பிதற்றல் போன்றதன்று இது என்ற அச்சம் உண்டாகும்" என்று தம் கருத்தைச் சொன்னார்.

நலங்கிள்ளி அவர் கூறுவதைக் கவர்ந்து சிந்தித்தான். அவருடைய சொற்கள் எப்போதும் பொருளுடையனவாகவே இருக்கும். எதையும் நன்கு ஆராயாமல் சொல்லமாட்டார் அவர் என்பதை மன்னன் அறிவான். ஆகவே, அவர் சொன்னபடியே செய்வது நலம் என்று தெளிந்தான்; தான் கூறிய வஞ்சினத்தைச் செய்யுளாகப் பாடினான்.

அந்தப் பாடல் நெடுங்கிள்ளியின் காதில் விழுந்தது. அவன் அப்போதைக்கு எந்தக் குறும்பும் செய்யாமல் ஒழிந்தான். ஆயினும் தக்கபடி படைகளைச் சேர்த்துக்கொண்டு உறையூரின் மேற் படையெடுப்பதே அவனுடைய நோக்கமாக இருந்தது.

3. சாத்தனாரின் அறிவுரைகள்

நலங்கிள்ளிக்குப் பகைவரை ஒழிக்கவேண்டும் என்ற ஊக்கம் மிகுதியாக இருப்பதை அறிந்த முதுகண்ணன் சாத்தனார் அவனுக்கு அறிவுரை கூறலானார். புலவரையும், பாணரையும், பொருநரையும் போற்றிப் பாராட்டும் வகையில் அவனுடைய கவனம் செல்லும்படி செய்தார். "புலவரால் பாடல் பெறும் புகழை உடையவர்கள் இவ்வுலகத்திலே தாம் செய்யவேண்டிய செயல்களையெல்லாம் முடித்துக்கொண்டு, பிறகு யாரும் ஓட்டாத இந்திர விமானத்தில் ஏறி விண்ணுலகம் செல்வார்கள் என்று பெரியோர் சொல்வதைக் கேட்டிருக்கிறேன். நம்மால் இயன்றதைப் பிறருக்கு அளித்து வாழவேண்டும். ஏதேனும் தெரிந்தவராயினும், ஒன்றும் தெரியாதவராயினும் வறுமையால் வருந்தி வந்தவர்களிடம் இரக்கம் காட்ட வேண்டும். அவ்வாறு பிறரிடம் காட்டும் அருளே அரசனுக்குப் பலமாகும். அரசர்பிரானுக்கு அந்த வலிமை நிறையக் கிடைக்கட்டும். பகையரசர்களுக்கு அந்த வலிமை கிடைக்காமல் ஒழிவதாகுக" என்று பாடினார்.

மற்றொரு சமயம் அப்புலவர் பெருமான், "அரசர்பிரானுடைய அரண்மனையில் எப்போதும் பாணரும் பிற கலைஞர்களும் கூட்டம் கூட்டமாக இருக்கட்டும். கொடியவர்களைத் தண்டித்து நல்லவர்க்கு வேண்டியவற்றை நல்கவேண்டும். நல்ல செயலால் நன்மை இல்லை, தீய செயலால் தீமை இல்லை என்று சொல்வோர்களுடைய உறவை வைத்துக்கொள்ளக் கூடாது. இந்த உலகில் மக்கள் பிறப்பதும் இறப்பதும் இயற்கை. கூத்தாடுபவர்கள் நாடக அரங்கில் அவ்வப்போது பல்வேறு கோலந் தாங்கி வந்து தம் பகுதியை நடித்துக் காட்டிப் போய்விடுவது போல மக்கள் வருகிறார்கள்; போகிறார்கள். இங்கே புகழ் ஒன்று தான் நிற்கும். நீ ஈட்டிய பொருள் இசையை விளைவிக்கட்டும்" என்று பாடினார். அப் புலவர் கூறியவற்றையெல்லாம் அமுத மொழியாகக் கொண்டான் மன்னன் நலங்கிள்ளி.

அதுகாறும் புலவர் பலர் உறையூருக்கு வந்து சென்றனர். எல்லாக் கலைஞர்களையும் பாதுகாக்க வேண்டும் என்று முதுகண்ணன் சாத்தனார் அறிவுறுத்திய பிறகு மன்னன் பாணருக்கும் பொருநருக்கும் பரிசில் வழங்கலானான்.

பாணர் என்பார் பழங்காலத்தில் தமிழ் நாட்டில் வாழ்ந்திருந்த இசைப் புலவர்கள். அவர்கள் பலவகையான வாத்தியங்களை வாசிப்பார்க்ள். சிறப்பாக யாழை வாசித்து மன்னர்களிடமும் செல்வர்களிடமும் பரிசு பெற்று வாழ்ந்து வந்தார்கள். அவர்களுடைய மனைவிமார் அபிநயம் பிடித்துப் பாடுவார்கள். அவர்களை விறலியர் என்று சொல்வது வழக்கம். ஒரு பக்கத்தில் மாத்திரம் அடிக்கும் தடாரி என்னும் தோற்கருவியை வாசிக்கிறவர்கள் பொருநர். இக்காலத்தில் ‘கிஞ்சிரா’ என்று வழங்கும் வாத்தியத்தைப் போன்றது அது. அதற்குக் கிணையென்றும் ஒரு பெயர் உண்டு. அதனால் பொருநரைக் கிணைப் பொருநர் என்றும் சொல்வதுண்டு. இப்படியே கூத்தை ஆடிக் காட்டி மக்களுக்கு மகிழ்ச்சியை உண்டாக்கும் கலைஞர்களைக் கூத்தர்கள் என்று சொல்வார்கள். பாணர், விறலியர், பொருநர், கூத்தர் ஆகியவர்கள் எப்போதும் சுற்றிக் கொண்டே இருப்பார்கள். அவர்களுக்கென்று ஊர்கள் இருந்தாலும், எங்கெங்கே தங்கள் கலையை விரும்பி ஆதரிக்கும் செல்வர்கள் இருக்கிறார்களோ அங்கெல்லாம் செல்வார்கள். தம்மைப் போற்றிப் பேணும் புரவலர்கள் எங்கிருக்கிறார்கள் என்று தேடிச் செல்வார்கள்.

தம்முடைய கலையில் திறமை பெற்று மேலும் மேலும் அதை வளர்ப்பதையன்றி வேறு எதனையும் அறியாதவர்கள் அவர்கள். ஏதேனும் பொருள் கிடைத்தால் அதை உடனே செலவு செய்துவிட்டு, மறுபடியும் யாரையேனும் தேடிக் கொண்டு செல்வார்கள். இந்த நிலை புலவர்களிடத்திலும் இருந்தது. இதனால் இரவலரென்றும், பரிசிலரென்றும் கலைஞர்களைக் கூறும் வழக்கம் ஏற்பட்டது.

நாள்தோறும் கலை நயம் கண்டு பாராட்டும் மக்கள் கிடைப்பார்களா? எங்கோ சில இடங்களில்தான் பாணரையும் பொருநரையும் பாதுகாக்கும் செல்வர்கள் இருப்பார்கள். அவர்களை அண்டிச் சில நாட்கள் தங்குவார்கள். பிறகு அவர்கள் வழங்கும்

பொருளைப் பெற்றுச் சென்று தம் வீட்டில் இன்புற்றிருப்பார்கள். பொருள் செலவழிந்த பின் மறுபடியும் வறுமை அவர்களை வந்து பற்றும். அது வரையில் அவர்கள் தம் கலையின்பத்தைத் தாமே நுகர்ந்து பொழுது போக்குவார்கள். வீட்டில் அடுத்த வேளைக்குச் சோறு இல்லை என்று தெரிந்தபோதுதான் மறுபடியும் புறப்படுவார்கள். இத்தகைய இயல்பு பெற்றவர்களாதலின் அவர்கள் எப்போதும் வறியவர்களாகவே இருந்தார்கள். புலவர்கள் அவர்களைப் பாடும்போது அவர்களுடைய வறுமைக் கோலத்தையே வருணித்துப் பாடினார்கள்.

புரவலர் கலைஞர்களுக்கு நல்ல ஆடையை வழங்குவர்; அணிகளை வழங்குவர்; அறுசுவை உண்டியை அளிப்பர். பாணர்களுக்குப் பொன்னால் தாமரைப் பூவைப்போன்ற பதக்கத்தைச் செய்து அணியச் செய்வர். விறலியர்களுக்கு அணிகலம் வழங்குவர். புலவர்களுக்கு நிலமும் நாடும் வழங்குவதுண்டு.

சோழன் நலங்கிள்ளி புலவர்களையும் பொருநர்களையும் பாணர்களையும் கூத்தர்களையும் ஆதரித்துப் பாராட்டி விருந்து அருத்திப் பரிசில் வழங்குகின்றான் என்ற செய்தி எங்கும் பரவியது.

4. ஏழெயிற் போர்

பாண்டி நாட்டிலிருந்து வந்த ஒற்றர்கள், பாண்டியனும் அவனைச் சார்ந்தவர்களும் சோழ நாட்டின்மேல் படையெடுத்து வருவதற்கு உரியவற்றைச் செய்வதாக அறிந்து வந்து கூறினர். வந்தபின் காப்பதைவிட வருமுன் காப்பதே சிறந்தது என்பதை எண்ணிய நலங்கிள்ளி பாண்டியனுடைய செருக்கை அடக்கிவிடுவது என்று உறுதி பூண்டான்.

முதுகண்ணன் சாத்தனார் பூதவுடம்பை நீத்துப் புகழுடம்பை அடைந்துவிட்டார். இயன்ற வரையில் போர் செய்யாமல் வாழ வேண்டுமென்று அரசனுக்கு வற்புறுத்தியவர் அவர். ஆயினும் படை வலியை உடைய அரசன் பகையை வளர விடாமல் முளையிலேயே கிள்ளி யெறிய வேண்டும். அப்பொதெல்லாம் புறக் கணித்து விட்டால் பகைஞன் வலிமை மிகுதியாகிப் பின்னால் அவனை அடக்குதல் அரிதாகி விடும். இதனைச் சிந்தித்த மன்னன், பாண்டி நாட்டின்மேல் படையெடுக்கத் துணிந்தான். அமைச்சர்களுடன் கலந்து ஆராய்ந்தான்.

முதுகண்ணன் சாத்தனார் இல்லாமையால் நலங்கிள்ளியின் அவைக்களம் பொலிவு இழந்திருந்தது. அவரைப் போலப் பெரும் புகழைப் படைத்த புலவர்பிரான் ஒருவரை அவைக்களத் தலைமைப் புலவராக அமைக்க வேண்டும் என்ற விருப்பம் அரசனுக்கு உண்டாயிற்று. அரசவைக்குப் பல புலவர்கள் வந்தார்கள். அவர்களுக்குள் புலவர்கள் போற்றும் பெரும் புலவராகக் கோவூர் கிழார் விளங்கினர். முதுகண்ணன் சாத்தனாருக்கு அப் புலவரிடம் பெரு மதிப்பு இருந்தது. இவற்றை அறிந்த நலங்கிள்ளி அவரையே தன்னுடைய அவைக்களப் புலவராக ஆக்கிக்கொண்டான். புலவர் பெருமக்கள் இந்தச் செயலைப் பாராட்டினார்கள்.

கோவூர் கிழார் அவைக்களப் புலவராக இருந்ததோடு, அமைச்சர் குழுவில் ஒருவராகவும் இருந்தார். பாண்டி நாட்டின்மேல்

படையெடுக்க வேண்டும் என்ற முடிபை அவரும் ஆதரித்தார். நாட்டு நலம் கருதும் மன்னன் தன்னுடைய நாட்டில் பிற மன்னன் புகுந்து அதனைப் போர்க் களமாக்குவதை விரும்பமாட்டான். பகை மன்னனுடைய நாட்டுக்குச் சென்று அங்கே அவனை மடக்கித் தோல்வியுறச் செய்வதே சிறந்த வீரம். ஆதலால் நலங்கிள்ளி பாண்டி நாட்டின்மேற் படையெடுப்பது சிறந்த செயலென்று புலவர் கூறினார்.

நலங்கிள்ளி அரியணை ஏறின பிறகு இது வரையில் போரே செய்யவில்லை. பகைவர்கள் இல்லாமையால் உண்டான நிலை அன்று அது புற நாட்டுப் பகையும் உள்நாட்டில் நெடுங்கிள்ளியின், பகையும் இருந்தன. தன்னுடைய வீரத்தைக் காட்டாமல் இருந்தால் இந்தப் பகைகள் பெருகிவிடும். ஆதலின் தக்க சமயத்தில் தன் படையின் ஆண்மையையும் தன் ஆண்மையையும் வெளிப்படுத்துவது இன்றியமையாதது என்ற நினைவு இதுகாறும் நலங்கிள்ளியின் நெஞ்சில் கருவாகவே இருந்தது. படைப் பலத்தைச் சேர்த்து வந்தான். இப்போது தன்னுடைய படைகளின் துணையால் எந்தப் போரிலும் வெற்றியை அடையலாம் என்ற நம்பிக்கை அவனுக்கு உண்டாயிற்று.

அப்போது கூடிய அவையில் படைத் தலைவனும் இருந்தான். அவன் சோழர் படையின் அளவையும் ஆற்றலையும் எடுத்துக் கூறினான். “சோழ நாட்டில் உள்ள ஆடவர் பலர் நம்முடைய படையில் சேரும் விருப்பமுடையவர்களாக இருக்கிறார்கள். நம்மிடம் உள்ள படையே பெரியது. அதனோடு, போரென்று கேட்டவுடன் படையிலே சேரும் தோள்வலி படைத்த காளைகளும் சேர்ந்தால் சிறிதும் ஐயமின்றி எந்த நாட்டையும் வென்றுவிடலாம்” என்று பெருமிதத்தோடு பேசினான்.

போருக்கு வேண்டிய ஆயத்தங்கள் நடை பெற்றன. முன்பே அறிவித்துப் போர் செய்தல் அக்காலத்து வழக்கம். போரிலும் இப்படிச் சில அறங்கள் இருந்தமையால் அறப்போர் என்று சொல்வார்கள். சோழ நாட்டின் தெற்கு எல்லையே பாண்டி நாட்டின் வடக்கு எல்லை. அங்கே முரசை முழக்கிப் பாண்டி நாட்டின்மேல் சோழ அரசன் படையெடுப்பதாக கொண்ட முடிவை அறிவித்தார்கள். போர் செய்ய விரும்பாவிட்டால் பகையரசன்

தூதுவர் மூலம் கையுறைகளை அனுப்பிச் சமாதானம் செய்துகொள்வது வழக்கம். பாண்டிய மன்னன் போரை விரும்புகிறவனாகவே காணப்பட்டான். நலங்கிள்ளி இதுகாறும் போர் செய்யாமல் இருந்ததற்கு அவனுடைய வலியின்மையே காரணம் என்று அவன் நினைத்திருந்தான்.

"அரசன் வலிமை உடையவனாக இருந்தால் சோழ நாட்டுக்குள்ளேயே பகையாக இருக்கும் மன்னன் நெடுங்கிள்ளியை அடக்கியிருக்கமாட்டானா? போருக்கு அஞ்சுகிறதனால்தான் பெயருக்குச் சில படைகளே வைத்துக்கொண்டு காலத்தைக் கழிக்கிறான்" என்று அவன் எண்ணிக் கொண்டிருந்தான்.

இப்போது நலங்கிள்ளி தன் நாட்டைத் தாக்க முற்பட்ட செய்தி பாண்டியனுக்கு முதலில் வியப்பைத் தந்தது. 'இந்த இளைய மன்னனுக்கு இவ்வளவு தைரியம் உண்டாகக் காரணம் யாது?' என்று யோசித்தான். 'இதுகாறும் நாம் வாளா இருந்திருக்கக் கூடாது. நாம் சோழ நாட்டின்மேல் படையெடுத்திருக்க வேண்டும். இப்போதும் ஒன்றும் குற்றம் இல்லை. நம்முடைய நாட்டினிடையே சோழர் படையை நெருக்கி நசுக்கிவிடலாம். பாவம்! சோழ மன்னன் வாழ்வு இதனோடு முடிவு பெறவேண்டியதுதான் போலும்!' என்று அவன் மகிழ்ச்சி அடைந்தான். சோழர் படையின் அளவையும் ஆற்றலையும் நன்கு ஆராய்ந்து அறியாமலே, அது வெற்றி பெறாது என்று முடிவு கட்டிவிட்டான்.

குறிப்பிட்டபடி சோழர் பெரும்படை பாண்டி நாட்டிற் புகுந்தது. பாண்டிய மன்னன் மதுரையிலிருந்து தன் படையுடன் புறப்பட்டான். சோழர் படை ஆரவாரத்துடன் மேற்சென்றது. இரண்டு படைகளும் சந்தித்தன. போர் மூண்டது. நலங்கிள்ளி முதல்முதலாகப் போர் செய்யப் புகுந்தாலும் அவனுடைய ஆற்றல் சிறந்து நின்றது. யானைக் கூட்டத்திற் புகுந்த அரியேற்றைப்போல விளங்கினான் அவன். பாண்டிய மன்னன் தக்க ஒற்றர்களைச் சோழ நாட்டுக்கு அனுப்பிச் சோழ மண்டல வீரப் படையின் அளவையும் ஆற்றலையும் உள்ளபடி அறிந்துவரச் செய்திருக்கலாம். அரசியல் நுட்பம் தெரியாத சிலர் தம் வாய்க்கு வந்தவற்றையெல்லாம். கூற, அவற்றை மெய்யென்று நம்பி ஏமாந்து போய்விட்டான். இப்போது

சோழ மன்னன் ஆற்றலையும் அவனுடைய படைகளின் பேராண்மையையும் அவன் நேரில் உணர்ந்தான்.

ஒருவருடைய சொந்த நாட்டில் அவர்களுக்கு வலிமை அதிகம். தம்முடைய நாட்டை விட்டு வேற்று நாட்டுக்குச் சென்றால் அவர்களுடைய வலிமை ஓரளவு குறையும். முதலை நீரில் இருந்தால் அது யானையையும் இழுக்கும் வல்லமை உடையதாகும். ஆனால் அது நிலத்தில் இருந்தால் தன் வலியை இழந்திருக்கும். ஆயினும் மிக்க வலிமையுடையவர்களுக்குப் பிறர் நாட்டிலும் வெற்றி கிட்டும். "சிங்கத்துக்குத் தன் காடு பிறன் காடு என்பது இல்லை" என்பது ஒரு பழமொழி. சிங்கம் போன்ற தைரியமும் உறுதியும் உடையவர்கள் வேற்று நாட்டிலும் தம்முடைய திறமையினால் வெற்றி பெறுவார்கள். சோழர் படைக்கு இந்த இயல்பு இருந்தது. பாண்டி நாட்டில் போர் நிகழ்ந்தாலும் பாண்டியனுடைய படையைவிடப் பேராற்றல் உடையதாக அப்படை இருந்தது. பல காலமாகப் போர் செய்யவேண்டுமென்று துடித்துக்கொண்டிருந்த வீரர்கள் சோழப் பெரும் படையில் இருந்தார்கள். அவர்கள் தம் வீரத்தைப் பயன்படுத்தும் காலம் கிடைத்ததே என்று ஊக்கத்துடன் போர் செய்தார்கள்.

பாண்டியனுடைய படையிலுள்ள வீரர்களும் வலிமை மிக்கவர்களே. மற்றவர்களுடைய படையாக இருந்தால் அவர்களுடைய கை மேலோங்கியிருக்கும். சோழ வீரர்களின் வீரம் அவர்கள் ஆற்றலை விஞ்சி நின்றது. யானைப் படைகளும் குதிரைப் படைகளும் காலாட் படைகளும் அணி அணியாகச் சோழர் படையில் இருந்தன.

முதலில் சில நாட்கள் பாண்டியனுடைய படை சோழன் படையை எதிர்த்து மேற்செல்லவொட்டாமல் நிறுத்தியது. ஆனால் தடை உண்டாக உண்டாகச் சோழர் படையில் படைத் தலைமை தாங்கிய மறவர்களுக்குச் சினம் மூண்டது. தங்கள் படை வீரர்களைத் தூண்டினர். சோழப் படை வீரர்கள் தம் ஆற்றலை உள்ளபடியே காட்டத் தொடங்கினர்கள். அதனால் பாண்டியன் படை உள்வாங்கியது. மெல்ல மெல்லப் பின்னே நகர்ந்தது. நாளுக்கு நாள் படை வீரர்கள் பின்னே சென்றுகொண்டே இருந்தார்கள். சோழ மன்னன் முன்னேறிக் கொண்டிருந்தான். சோழ நாட்டின்

எல்லையைத் தாண்டிச் சில காவதங்கள் தெற்கே வந்துவிட்டது சோழர் படை.

பாண்டியன் உண்மை நிலையை உணர்ந்தான். இப்படியே விட்டுவிட்டால் சோழன் மதுரையளவும் வந்துவிடுவான் என்ற அச்சம் உண்டாயிற்று. தன்னுடைய படைக்குச் சோழ வீரர்களை எதிர்த்து நிற்கும் ஆற்றல் இல்லை என்பதை அவன் இப்போது உணரத் தொடங்கினான். இனி ஏதேனும் வலிய துணையை நாடினாலல்லாமல் அந்தப் போரில் தனக்கு வெற்றி இல்லை என்ற உண்மை அவனுக்குப் புலனாயிற்று.

போரை நிறுத்திச் சோழ மன்னனிடம் சரண் புகுந்தால் தப்பலாம். அதற்கு மனம் வரவில்லை. தக்க துணையாக யாரை அழைத்து வரலாம் என்று யோசித்தான். சேர மன்னனுடைய நினைவுதான் அவனுக்கு உண்டாயிற்று. உடனே தூதுவன் ஒருவனை அந்த மன்னனிடம் அனுப்பி, "இப்போது துணைப் படைகளை அனுப்பினால் சோழ மன்னனைப் புறங்கண்டு விடலாம். இது தான் ஏற்ற தருணம். இல்லையானால் பாண்டி நாட்டுக்கும் சேர நாட்டுக்கும் சோழ மன்னனால் எந்தச் சமயத்திலும் தீங்கு விளையும்" என்று சொல்லச் செய்தான்.

பாண்டி நாட்டினிடையில் சோழ மன்னன் தன் படைகளுடன் வந்திருக்கிறான் என்பதைக் கேட்ட சேரன், அவன் படையை அப்படியே வளைத்துக் கொள்ளலாம் என்று எண்ணமிட்டான். உடனே பெரும்படை ஒன்றுடன் புறப்பட்டான். போர் நடக்கும் இடத்திற்கு அவன் படையோடு வந்து சேர்ந்தவுடன் பாண்டியன் படைகளுக்குப் புதிய ஊக்கம் உண்டாயிற்று. இனிச் சோழன் படையை அழித்துவிடலாம் என்று மனப்பால் குடித்தன.

அறிவும் சூழ்ச்சியும் மிக்க சோழனுக்குச் சேரன் படையுடன் வருவது முன்பே தெரிந்துவிட்டது. அப்படை வந்தால் இன்னது செய்வது என்று அவன் திட்டமிட்டு வைத்திருந்தான். சேரனுடைய படை வந்தவுடன் சோழ நாட்டிலிருந்து புதிய படை ஒன்று புறப்பட்டு வந்து அந்தப் படையைத் தாக்கியது. இந்தப் புதிய படையை யாரும் எதிர்பார்க்கவில்லை.

போர் கடுமையாக நடைபெற்றது. சேரன் படை வந்தமையால் ஒரு நாள், இரண்டு நாள் சோழனுடைய முன்னேற்றம் தடைப்பட்டது. அப்பால் மறுபடியும் சோழப் படை முன்னேறலாயிற்று. பாண்டியன் படை மறுபடியும் தளர்ச்சியை அடைந்தது. சேரன் படையில் உள்ளவர்கள் ஊக்கத்துடன் போர் புரியவில்லை. தம்முடைய நாட்டுக்கு அபாயம் வந்தால் எவ்வாறு வீரத்தைக் காட்டுவார்களோ, அவ்வாறு காட்டவில்லை. ஆதலினால் சோழன் நாளுக்கு நாள் பகைவர் படையைத் தெற்கே துரத்திக் கொண்டு சென்றான்.

தம் மன்னன் ஒவ்வொரு நாளும் வீரச் சிறப்புடன் போராடிப் பகைவர்களை ஓட்டும் இச்செயலைச் சோழ நாட்டு மக்கள் கேள்வியுற்றார்கள். அவர்களுடைய தோள்கள் பூரித்தன. படையில் சேராத மக்கள் சேர்ந்தார்கள். மறுபடியும் புதுப் படை வேண்டுமானால் செல்வதற்கு ஆயத்தமாகப் பலர் இருந்தார்கள். ஆனால் அவர்களுக்கு அழைப்பு வரவில்லை.

பாண்டி நாட்டின் பகுதியாகிய கோனாட்டைத் தாண்டிப் படைகள் சென்றன. ஏழெயில் என்ற ஊரை அடைந்தன. இப்போது சிவகங்கைக்கு அருகில் ஏழுபொன் கோட்டை என்ற ஊர் இருக்கிறது. அதுவே முன் காலத்தில் ஏழெயில் என்ற பெயரோடு விளங்கியதென்று தெரிகிறது. அங்கே வந்தவுடன் அங்குள்ள கோட்டையின் பலத்தால் பாண்டியன் நின்று போரிட்டான். தன் படைகளை ஊக்கினன். பாண்டிய வீரர்கள் கோட்டையிற் புகுந்து கொண்டு அம்பு எய்தார்கள். அவ்விடத்தில் சோழன் படையில் சில வீரர் இறந்துபட்டனர். அதனால் எஞ்சியிருந்தவர்களுக்கு மான உணர்ச்சி மிகுதியாயிற்று. தம்முடைய முழு வலிமையையும் காட்டிப் போரிடத் தொடங்கினார். இரண்டே நாட்களில் கோட்டைக் கதவைப் பிளந்து கோட்டையைத் தம் வசப்படுத்திக் கொண்டனர்.

பாண்டியன் இந்த நிலையில் சற்று ஆழ்ந்து சிந்தித்தான். சேர மன்னனுடனும் ஆராய்ந்தான். இனிமேல் போரை நீட்டிப்பதனால் தங்களுக்குப் பயன் ஒன்றும் இல்லை என்பதை அவ்விருவரும் உணர்ந்துகொண்டனர். உடனே சோழனுடன் சமாதானம் செய்துகொள்ளுவதுதான் தக்க வழி என்று தெளிந்தார்கள். அதற்கு வேண்டிய முயற்சிகள் நடைபெற்றன.

சமாதானம் செய்வதற்கு முன் தன் கருத்தை முரசறைந்து பாண்டியன் தெரிவித்துப் படைக்கலங்களைக் கீழே போடும்படி தன் படைவீரர்களுக்கு உத்தரவிட்டான். சோழனுக்கு இச்செய்தி தெரிந்தது. அவனும் போரை நிறுத்தும் படி தன் வீரர்களுக்குக் கட்டளையிட்டான். இரு சாராரும் ஒன்று கூடினர். சான்றோர்களை உடன் வைத்துக்கொண்டு சமாதானப் பேச்சைத் தொடங்கினார்கள். சோழ மன்னன் கோவூர் கிழாரை வருவித்தான். ஏழெயில் என்ற இடத்தில் சமாதானம் ஏற்பட்டது. சோழன் வென்றதற்கு அடையாளமாக அந்தக் கோட்டையின் கதவுகளில் புலிப்பொறியைப் பொறித்தார்கள். சோழன் தன் யானையின்மேல் குடையைப் பிடித்துக்கொண்டு முன்னே செல்ல, அவனுக்குப் பின்னே பாண்டியனும் சேரனும் தங்கள் குடைகளுடன் சென்றனர். சோழனுடைய வீரம் தங்கள் வீரத்தினும் சிறந்தது என்பதை இத்தகைய செயல்களால் அவர்கள் காட்டினர். சோழன் வெற்றிக் களிப்போடு ஏழெயிலில் பவனி வந்தான்.

பவனியின் பிறகு பாசறையிலே தங்கினான். போர் நின்றதனால் புலவர்கள் களித்தனர். சோழ வீரர்கள் ஆரவாரம் செய்தனர். பாசறையில் சோழ மன்னன் தன் அமைச்சர்களும் படைத் தலைவர்களும் சூழ வீற்றிருந்தான். கோவூர் கிழாரும் அங்கே இருந்தார். சோழ மன்னன் தன் பகை வேந்தனுடைய நாட்டுக்கே சென்று வெற்றி கண்ட பெருமையை நினைந்து நினைந்து அவர் மகிழ்ந்தார். பாசறையில் வெற்றி மிடுக்குடன் அவன் வீற்றிருப்பதைக் கண்டு கண்களித்தார். தம்முடைய உணர்ச்சியை அருமையான கவியில் வெளிப்படுத்தும் ஆற்றல் பெற்றவர் அவர். ஆதலின் நலங்கிள்ளி பாசறையில் வீற்றிருக்கும் அந்தக் காட்சியைப் பாடத் தொடங்கினர்.

அறம் பொருள் இன்பம் என்ற மூன்றும் இவ்வுலக வாழ்வில் மக்கள் பெறுவதற்குரியவை. இந்த மூன்றிலும் அறம் சிறந்தது. அறத்தால் வந்த பொருளும் அறத்தால் வந்த இன்பமும் சிறந்தவை. சிறப்பையுடைய இந்த மூன்றிலும் பொருளும் இன்பமும் அறத்தின் பின்னே நிற்பதை அறிவுடையார் உணரலாம். கண்ணால் அதைக் காண முடியாது. இங்கே வெற்றி பெற்ற சோழ மன்னனுடைய குடை யானையின் மேலே உயர்ந்து முன்னே செல்ல, அதனை அடுத்துக் கீழே சேர பாண்டியர்களுடைய குடைகள் சென்றன. அந்தக் காட்சி,

சிறப்பான முறைமையுடைய பொருளும் இன்பமும் அறத்தின் வழிப்படும் தோற்றம் போன்று இருந்தது.

நலங்கிள்ளிக்குப் பாண்டி நாட்டைக் கைப்பற்ற வேண்டும் என்ற ஆசை இல்லை. மற்ற நாடுகள் உணவின்றிப் பஞ்சத்தால் துன்புறும் காலத்திலும் வளம் குன்றாமல் விளங்கிப் பிற நாட்டுக்கும் நெல்லை வழங்கும் வண்மையை உடைய சோழநாடு அவனுடைய நாடு. ஆதலின் அவனுக்கு வேறு நாட்டில் ஆசை இல்லை; மண்ணாசை இல்லாத மன்னன் அவன். ஆனால் இப்போது பாண்டி நாட்டுக்குள்ளே புகுந்து இந்தப் பாசறையில் இருக்கிறானே. ஏன்? அவனுக்குப் புகழாசை உண்டு. தன்னை இகழும் வேந்தர்களை அடக்கியாளும் பேராண்மையுடையவன் என்ற நல்ல இசையை விரும்பினான். அதனால்தான் இந்தப் போரில் ஈடுபட்டான்.

பகைவர்களுடன் போர் புரிவதற்கு வேண்டிய படைப்பலம் நலங்கிள்ளியிடம் இருந்தது. அவனுடைய யானைப் படை எதற்கும் அடங்காதது. தம்முடைய தந்தங்களால் பகைவர்களுடைய மதிலையும் மதிற் கதவுகளையும் குத்தும் ஆற்றலுடையவை அந்த யானைகள். அவனுடைய வீரர்களோ போர் என்ற சொல்லக் கேட்டாலே ஆனந்தக் கூத்தாடுவார்கள். சோழ நாட்டை விட்டுப் பல காடுகளைக் கடந்து சென்று போர் செய்ய வேண்டுமானாலும், "ஐயோ! அவ்வளவு தூரமா? என்று சொல்ல மாட்டார்கள்; இதோ! புறப்பட்டுவிட்டோம்" என்று சொல்வார்கள்.

இத்தகைய யானைப் படையையும் வீரர் பெரும் படையையும் உடைய சோழன் போர் செய்யத் தொடங்கி மாற்றரை அடக்கி வெற்றி கொண்டான். இந்தச் செய்தி மற்ற நாட்டிலுள்ள அரசர்கள் காதில் பட்டது. வடநாட்டில் உள்ள அரசர்களும் அறிந்தார்கள். அவர்களுக்குத் தூக்கமே பிடிக்கவில்லை. ஏன் தெரியுமா? "சோழன் வேறு நாட்டுக்குச் சென்று வென்றான், கீழ் கடற்கரை வழியே தன் குதிரையின்மேல் ஏறிப் பாண்டி நாடு முழுவதையும் அடிப்படுத்திக் கொண்டு, அப்படியே மேல் கடற்கரைக்குச் சென்று சேர நாட்டையும் பணியச் செய்து, வடக்கு நோக்கியும் வந்தால் என் செய்வோம்! அவன் வலம் வரும் செயலை மேற்கொண்டால் நம்முடைய வலிமையெல்லாம் எந்த மூலை?" என்று அஞ்சி அவர்கள் உறங்காமல் இருக்கிறார்கள்.

கோவூர் கிழார் பாட்டில் இந்தக் கருத்துக்கள் எல்லாம் அடங்கியிருக்கின்றன.

கோவூர் கிழார் இன்னும் சில பாடல்களைப் பாடினார். அவனிடம் பரிசு பெறுவதற்காக் வரும் கலைஞர்களே நோக்கிப் பாடும் முறையில் ஒரு பாட்டுப் பாடினர். "பரிசில் பெறுவதற்குரிய கலைஞர்களே! வாருங்கள்; நாம் நலங்கிள்ளியைப் பாடுவோம். அவன் தன்னுடைய நாட்டை வளம் படுத்திய சிறப்பைப் பார்த்தீர்களா? எங்கே பார்த்தாலும் வயல்கள் நிரம்பியது சோழநாடு. வெறுங் களிமண்ணைக் கொண்டு குயப்பிள்ளைகள் எவ்வளவு அழகான உருவங்களே ஆக்கிவிடுகிறார்கள்! மக்களுக்குப் பல வகையில் பயன்படும்படி செய்துவிடுகிறார்கள் அல்லவா? அவ்வாறே அம் மன்னன் சோழ நாட்டை மிகச் சிறப்புடையதாக்கிவிட்டான். அதன் பெருமையை உலகு முழுவதும் தெரிந்துகொள்ளும்படி செய்திருக்கிறான். இத்தகைய வளநாடு அவனுக்கு இருப்பதனால் மற்ற நாடுகளையும் அங்குள்ள நகரங்களையும் அவன் விரும்புவதில்லை. அவன் எது கேட்டாலும் கொடுப்பான். நம் சுற்றத்தாரோடு உண்டு வாழ்வதற்காக ஏதாவது வேண்டுமென்றால் சேரனுக்குரிய வஞ்சி மாநகரத்தையே கொடுப்பான். விறலியர்கள் வந்து கேட்கட்டும்; மாட மதுரையையே தந்துவிடுவான். வாருங்கள், அவனைப் பாடலாம்" என்று அந்தப் பாட்டின் பொருள் விரிகிறது.

ஒரு பாட்டில், நலங்கிள்ளி பாண்டி நாட்டில் உள்ள ஏழெயிலென்னும் கோட்டையைக் கைப்பற்றி அதன் கதவில் தன்னுடைய புலியாகிய அடையாளத்தை எழுதச் செய்த வீரச்செயலைப் பாராட்டினார்.

வெற்றி பெற்ற பெருமிதத்தால் சோழன் பாணர்களுக்கும் விறலியர்களுக்கும் பொருநர்களுக்கும் கூத்தர்களுக்கும் பலவகைப் பரிசில்களை வழங்கினான். புலவர்களுக்கும் சிறந்த பரிசில்களை அளித்தான். புலவர்கள் அவனுடைய போர் வீரத்தையும் கொடைச் சிறப்பையும் பாடினார்கள்.

ஒருவாறு பாண்டியனையும் சேரனையும் பணிய வைத்த பெருமையோடு ஏழெயிலை விட்டுப் புறப்பட்டு, வெற்றி மிடுக்குடன் சோழன் நலங்கிள்ளி மீட்டும் உறையூர் வந்து சேர்ந்தான்.

5. ஆலூர் முற்றுகை

நலங்கிள்ளி உறையூருக்கு வந்து சேர்ந்தவுடன் அவனுடைய நாட்டில் நிகழ்ந்த ஒரு புதிய நிகழ்ச்சியைக் கேள்வியுற்றான். சேரனும் பாண்டியனும் நலங்கிள்ளியின் ஆற்றலுக்கு அஞ்சிப் போரை நிறுத்திப் பணிந்தனர். ஆனால் இங்கே சோழநாட்டின் அரியணைக்குத் தானே தனியுரிமையுடையோன் என்று சொல்லிக்கொண்டிருந்த நெடுங்கிள்ளி சிறிதேனும் அஞ்சாமல் ஆவூர்க் கோட்டையைக் கைப்பற்றிக் கொண்டான். சோழன் நலங்கிள்ளியும் அவனுடைய படையும் பாண்டி நாட்டின்மேற் படையெடுத்துச் சென்றிருந்தபோது, இதுதான் ஏற்ற காலமென்று எண்ணிய நெடுங்கிள்ளி ஒரு சிறு படையுடன் சென்று ஆவூரைத் தாக்கினான். ஆவூரில் ஒரு கோட்டை இருந்தது. ஒரு சிறிய படையும் இருந்தது. ஆனால் அந்தப் படை அப்போது பாண்டி நாட்டுக்குச் சென்றிருந்தது. ஆவூர்க் கோட்டை அப்போது தக்க பாதுகாப்பு இல்லாமல் இருந்ததென்றே சொல்லவேண்டும். நெடுங்கிள்ளி இப்படிச் செய்வான் என்று யாரும் எதிர்பார்க்கவில்லை. முதுகண்ணன் சாத்தனார் இருந்த காலத்தில் அவர் கூறியபடி நலங்கிள்ளி வஞ்சின மொழியாக அமைத்த பாட்டை நெடுங்கிள்ளிக்கு அனுப்பினானே, அப்பொழுது முதல் அவன் தன் குறும்புத்தனத்தைக் காட்டாமல் இருந்தான்.

இனிமேல் இவனால் நமக்கு எவ்விதமான இடையூறும் நேராது' என்று சோழனும் அவனுடைய அமைச்சர்களும் எண்ணிவிட்டார்கள். ஆனால் நெடுங்கிள்ளி மாத்திரம் சமயம் வரும் வரையில் பேசாமல் இருக்கும் கொக்கைப் போலக் காத்திருந்தான். நலங்கிள்ளி தென்னாட்டுக்குப் படையுடன் சென்றிருந்த வாய்ப்பான சமயம் கிடைத்தது. பாதுகாப்பு இல்லாமல் இருந்த ஆவூரை எளிதிலே பற்றிக்கொண்டான்.

ஊர்புகுந்த நலங்கிள்ளி இதனைக் கேட்டான். அவனுக்குச் சிரிப்பாக வந்தது. 'பெரிய பகைவர்களையெல்லாம் மண்ணைக் கவ்வச்

செய்துவிட்டு வருகிறோம்; இந்தச் சிறிய மனிதன் நம்மிடம் சிறு குறும்பு செய்கிறானே! பாண்டியனை ஓட்டவும் நம் படையை ஏவுவது; இந்தச் சிறியோனை மடக்கவும் நம்முடைய பெரும் படையை ஏவுவதா?' என்று அவனுக்குத் தோன்றியது.

நலங்கிள்ளி வழக்கம்போல் தன் அமைச்சர்களின் யோசனையைக் கேட்டான். கோவூர் கிழாரையும் கேட்டான். நெடுங்கிள்ளியிடம் தூதனுப்பி, ஆவூர்க் கோட்டையை விட்டுப் போகாவிட்டால் முற்றுகையிட்டு அவனைச் சிறை பிடிக்க நேரும் என்று சொல்லும்படி செய்வதாக முடிவு செய்தார்கள். அப்படியே ஒருவன் சென்று ஓலையை நெடுங்கிள்ளியினிடம் நீட்டினான். நலங்கிள்ளியின் வார்த்தைகளை அறிந்து அவன் நகையாடினான். "உங்கள் மன்னனுக்கு அஞ்சுகிறவன் அல்லன் நான். எனக்குப் படைப்பலம் உண்டு" என்று விடை கூறி அனுப்பினான்.

இந்த அசட்டுத் தைரியத்தைக் கண்டு கோவூர் கிழார் இரங்கினார். மண்ணாசை என்பது எவ்வளவு தூரம் அறிவை மயக்கிவிடுகிறது என்பதை அவர் தெளிவாக உணர்ந்தார். பாண்டி நாடும் சேர நாடும் சோழனுடைய படைப் பலத்தைப் பாராட்டிக்கொண்டிருக்கையில் நெடுங்கிள்ளி அதை இகழ்ந்தான். இதைக் காட்டிலும் பேதைமை வேறு உண்டா?

இனி வேறு வழியில்லையாதலால் ஆவூரை முற்றுகை இடுவதாக அரசன் துணிந்தான். கோவூர் கிழார் அரசனிடம் ஒன்று கூறினார். "ஆவூருக்குப் படைகளுடன் சென்று கோட்டையைச் சூழ்ந்துகொண்டாலே போதும்; போர் செய்ய வேண்டாம். கோட்டையையும் அழிக்க வேண்டாம். அந்தக் கோட்டை அரசர்பிரானுடைய முன்னோர்களால் கட்டப்பெற்றது. நெடுங்கிள்ளி உள்ளே பதுங்கியிருக்கிறானென்று அந்தக் கோட்டையைத் தகர்த்தல் நல்லது அன்று. புறத்திலே படைகள் சூழ்ந்து நின்றால் உள்ளே ஒன்றும் செல்ல இயலாது. உள்ளே உள்ளவர்களுக்கு உணவுப் பொருள் முதலியவை போகாவிட்டால் கோட்டைக்குள் இருக்கும் படை வீரர்கள் பசியினால் துன்பம் அடைவார்கள். பசி வந்தால் பத்தும் பறந்துவிடும். 'உணவு வேண்டும், உணவு வேண்டும்' என்று அவர்கள் கதறுவார்கள். அவர்களுடைய கூக்குரல் தாங்காமல் நெடுங்கிள்ளி, ஒன்று இந்தக் கோட்டையை விட்டு ஓடிப்போவான்;

அல்லது உள்ளே இருந்து சாவான்" என்றார். அவர் சொன்னது தக்கதென்பதை உணர்ந்து அவ்வாறு செய்வதாகவே வாக்களித்தான் மன்னன்.

அதன்படியே நலங்கிள்ளி தன் படையின் ஒரு பகுதியையும் அதனுடன் ஒரு படைத் தலைவனையும் அனுப்பினான். படை ஆவூர்க் கோட்டையைச் சூழ்ந்துகொண்டது. ஆனால் கோட்டை வாயிற்கதவை மோதி அழிக்கவில்லை. அரசன் முற்றுகை மாத்திரம் இடச் சொல்லியிருந்ததே காரணம். கோட்டைக்குள் நெடுங்கிள்ளி தன் படையுடன் இருந்தான். நலங்கிள்ளியின் படை முற்றுகையிட்டதைக் கண்டு அவன் அஞ்சவில்லை. தன்னுடைய படைவீரர்களை அம்பு எய்யும்படி ஏவினான். அவர்கள் மதிலின்மேல் ஏறி அம்பு எய்யும் புழைக்கருகில் மறைந்து எய்தார்கள். நலங்கிள்ளியின் படைவீரர்கள் தக்க கவசங்களை அணிந்து கேடயங்களுடன் வந்திருந்தார்கள். ஆதலின் உள்ளிருப்போர் விட்ட அம்பு அவர்களுக்கு அதிக ஊறுபாட்டை உண்டாக்கவில்லை. புறத்தே நின்ற படைவீரர்கள் தம்மைப் பாதுகாத்துக்கொண்டார்களேயன்றி, மதிலின் மேல் ஏறவோ, உள்ளே ஆயுதங்களை வீசி எறியவோ முயலவில்லை. புறத்தே நின்றவர்கள் போர் செய்யாமல் இருக்கும்போது அம்பை எய்து ஏன் வீண் செய்யவேண்டுமென்று அகத்தில் இருந்தவர்கள் தொடர்ந்து அம்பு எய்வதை நிறுத்திக்கொண்டார்கள்.

மதிலுக்குப் புறத்தே தங்கியிருந்த படைகள் காவலாக நின்றன. மதிலின் உள்ளே அகப்பட்ட படைகள் நான்கைந்து நாட்கள் ஒரு குறையும் இன்றி இருந்தன. படை வீரர்களும் மன்னனும் பல குடும்பத்தினரும் ஆவூர்க் கோட்டைக்குள் இருந்தார்கள். ஓரளவு சேமித்து வைத்திருந்த நெல் முதலிய உணவுப் பொருள்களை வைத்துக் கொண்டு அவர்கள் நாட்களைக் கழித்தார்கள். வர வர அவர்களிடம் இருந்த பொருள்கள் சுருங்கின. மனம் போனபடி போக இயலாமல், சிறைப்பட்டவர்களைப்போலக் கோட்டைக்குள் இருந்த மக்கள் துன்புறத் தொடங்கினார்கள்.

யானையைக் கட்டித் தீனிபோடுவது எளிய செயலா? உள்ளே யானைப் படை இருந்தது. அது சிறிய படையேயாயினும் அதில் இருந்த யானைகளுக்குப் போதிய உணவு கிடைக்கவில்லை.

உணவுப் பொருள்கள் சுருங்கச் சுருங்க மக்கள் தம் உணவைக் குறைத்துக்கொண்டனர். குழந்தைகளுக்கும் கணவன்மார்களுக்கும் உணவை அளித்துவிட்டு மகளிர் தாம் ஒரு பொழுது மாத்திரம் உண்ணலாயினர்.

இந்த அவலமான நிலையிலும் நெடுங்கிள்ளி தன் பிடிவாதத்தை விடவில்லை. “எல்லாரும் மடிந்தாலும் கோட்டைக் கதவைத் திறந்து பகைவரை வரவேற்கமாட்டேன்” என்று இருந்தான். தன் கண்முன்னே மக்கள் வாடுவதை அவன் கண்டான். குழந்தைகள் பாலின்றி அழுவதைக் கேட்டான். அவன் மனம் மாறவில்லை. அவனுடைய அசட்டுத் துணிவைக் கண்டு கோட்டையில் உள்ளவர்கள் அஞ்சினார்கள். தலைவன் எவ்வழி நடக்கிறானோ, அவ்வழியே நடப்பதையன்றி அவர்களால் செய்யத்தக்க ஒன்றும் இல்லை.

பல நாளாக முற்றுகையிட்டிருந்தும் நெடுங்கிள்ளி கோட்டைக் கதவைத் திறவாமலே இருப்பதைக் கண்டபோது வெளியில் இருந்தவர்கள் அவனுடைய துணிவை எண்ணி வியந்தார்கள்; சிலர் அவனுடைய அறியாமையால் வீணே பல குடும்பங்கள் நாசமாகின்றனவே என்று இரங்கினார்கள்.

எல்லாரும் அமைதியாக வாழவேண்டும் என்ற நோக்கம் உடையவன் சோழன் நலங்கிள்ளி. முதுகண்ணன் சாத்தனார் இளமையிலிருந்தே அவனுக்குப் பகர்ந்த நல்லுரைகள் அவனை அப்படி ஆக்கியிருந்தன. இன்றியமையாத சமயங்களிலன்றிப் போரிடுவது தகாதென்றே அவன் உறுதியாக எண்ணினான். அவன் நினைத்திருந்தால் ஆவூர்க் கோட்டைக்குள் இருந்த நெடுங்கிள்ளியை வெளிவரச் செய்திருக்கலாம். போரைத் தொடங்குவது எளிது. ஆனால் அதை நடத்தி வெற்றி பெறுவதற்குள் இரு படையிலும் பலர் உயிர் இழப்பார்கள். ஆதலால் இயன்ற வரையில் போர் செய்யாமல் காலங்கடத்தவே அவன் விரும்பினான்

இப்போது நிலைமை வேறுவிதமாக இருந்தது. நெடுங்கிள்ளி கோட்டையைக் கைப்பற்றிக் கொண்டுவிடவில்லை. அங்கு இருப்பவர்கள் என்ன ஆனார்களோ! அவர்களைக் காப்பாற்றும் பொருட்டாகவாவது மதிற்கதவை உடைத்து உள்ளே புகலாமா

என்று எண்ணினான். மதிலின்மேல் தன் வீரர்களை ஏறச்செய்து உள்ளே குதித்துக் கோட்டைக் கதவைத் திறக்கச் செய்யலாமா என்று யோசித்தான்.

திடீரென்று அவனுக்கு ஒரு வழி தோன்றியது. அது நிறைவேறினால் உள்ளே உள்ள மக்களுக்கு நன்மை உண்டாகும். பெரும் புலவரும் நல்லமைச்சருமாகிய கோவூர் கிழாரைக் கோட்டைக்குள் அனுப்பி நெடுங்கிள்ளிக்கு அறிவுரை கூறும்படி செய்யலாம் என்பதே அவன் நினைத்த வழி. பகை வேந்தர்கள் போரிட்டுக்கொண்டிருந்தாலும் புலவர்கள் அவர்களைப் போர்க்களத்திலே சென்று பார்ப்பதுண்டு. ஓர் ஊரிலே உள்ள புலவர் அந்த ஊருக்குரிய மன்னனுடைய பகைவன் இருக்கும் ஊருக்குச் செல்லலாம். அந்தப் பகை மன்னன் புலவருக்கு வேண்டிய உபசாரங்கள் செய்வான். ஒரு நாட்டுப் படைத் தலைவனை, அமைச்சனை போர் நிகழும் காலத்தில் பகை நாட்டுக்குள் அகப்பட்டால் மீண்டு வரமுடியாது. ஆனால் ஒரு நாட்டிலே வாழும் புலவன், பகை நாட்டுக்குச் செல்லலாம். புலவன் யாருக்கும் பகைவன் அல்லன். போர் நிகழ்ந்தால் போரிடும் வேந்தர்களுக்கிடையே சந்து செய்விக்க முயல்வார்கள் புலவர்கள். தமிழ் மக்கள் அரசனைத் தெய்வத்தைப் போல எண்ணி மதித்தார்கள். மன்னனுடைய பதவிதான் நாட்டிலே மிக மிக உயர்ந்த பதவி. ஆனால் மன்னர்களைக் காட்டிலும் உயர்ந்தவர்களாகப் புலவர்களை மதித்தனர். புலவர்கள் எல்லாருக்கும் நண்பர்கள்; யாருக்கும் அவர்களிடம் பகை இராது. புலவர்கள் பாடும் புகழை இவ்வுலகத்தில் பெறும் பேறுகளுக்குள் சிறந்ததாகவும், அவர்களாற் பாடப்பெறாமையைப் பெரிய குறையாகவும் தமிழ்நாட்டு மன்னர்கள் எண்ணினார்கள்.

ஆகவே, கோவூர் கிழார் நெடுங்கிள்ளியிடம் சென்றால் அவன் அவரை மதித்து உபசரிப்பான் என்பது யாவருக்கும் தெரியும். கோவூர் கிழார் கோட்டைக்குள் எப்படிச் செல்வது? சென்ற பிறகல்லவா நெடுங்கிள்ளியைக் கண்டு அறிவுரை கூறமுடியும்? அதற்கும் ஒரு தந்திரம் தோன்றியது, நலங்கிள்ளிக்கு. கோவூர் கிழார் நெடுங்கிள்ளியைப் பார்க்க விரும்புகிறார் என்ற செய்தியை ஓர் ஓலையில் எழுதி அதைச் சுருளாகச் சுருட்டி அம்பின் நுனியில் வைத்து அதைக் கோட்டைக்குள் எய்து வீழ்த்தினார்கள். கோட்டைக்குள் இருப்பவர்களுக்குச் சந்து செய்யும்

யோசனையையும் மற்றக் கருத்துக்களையும் இந்த வகையாகத் தெரிவிப்பது பழங்கால் வழக்கம்.

ஓலை மதிலுக்குள் சென்று வீழ்ந்தது. நெடுங்கிள்ளியிடம் அந்த ஓலையை எடுத்துச் சென்று காட்டினார்கள். கோவூர் கிழார் வருவார் என்ற செய்தியை அவனுடன் இருந்த படைத் தலைவர்கள் அறிந்தார்கள். செய்தி கோட்டைக்குள் எங்கும் பரவியது. ஒரு வேலையும் இன்றிப் போதிய உணவும் இன்றிக் கோட்டைக்குள்ளே சிறைப்பட்டுக் கிடந்தவர்களில் பெரும்பாலோருக்கு எப்படியாவது வெளியேறிவிட வேண்டுமென்ற ஆசை இருந்தது. கோவூர் கிழார் வரப் போகிறார் என்ற செய்தி அவர்களுடைய உள்ளத்தில் புதிய நம்பிக்கை முளைக்கும்படி செய்தது. பாலை நிலத்தில் மழை பெய்தால் எப்படி இருக்கும்? அப்படி இருந்தது.

நெடுங்கிள்ளி அந்த ஓலைக்கு விடை அனுப்பினான். எந்தச் சமயத்திலும் கோவூர் கிழாரை வரவேற்கக் காத்திருப்பதாகச் செய்தி அனுப்பினான். சொன்ன சொல்லை மாற்றாமலும் வரம்பு கடவாமலும் தமிழ் மன்னர்கள் நடந்தார்கள். ஆதலால் கோவூர் கிழார் உள்ளே வருகிறார் என்று சொல்லிவிட்டு ஏமாற்றிப் படையை உள்ளே புகுத்திவிடும் எண்ணம் நலங்கிள்ளிக்கு இல்லை.

குறிப்பிட்டபடி கோவூர் கிழார் மாத்திரம் கோட்டைக்குள் நுழைந்தார். மதில் வாயிலில் நின்ற காவலர்கள் அவரை உள்ளே விட்டுக் கதவைச் சாத்திக்கொண்டார்கள். நெடுங்கிள்ளி வாயிலருகிலே நின்று புலவரை வரவேற்றான். கோவூர் கிழாரின் பெருமையைத் தமிழுலகம் முழுவதும் நன்கு அறிந்திருந்த காலம் அது. ஆகவே, அவர் ஏதேனும் சொன்னால் நெடுங்கிள்ளி மறுக்க மாட்டான் என்று யாவரும் நம்பினர்.

புலவர் பெருமான் கோவூர் கிழார் உள்ளே புகுந்து சுற்றிப் பார்த்தார். யானைப் படையைப் பார்த்தார். தக்கபடி உணவு பெறாமல் யானைகள் மெலிந்திருந்தன. அடிக்கடி பசி தாங்காமல் ஆர்த்தன. மகளிர் முகத்தில் ஒளியே இல்லை. வேண்டிய அளவு சோறு, தண்ணீர் இல்லாமல் மக்கள் வருந்தினார்கள். அவருக்கே துயரம்

பொறுக்கவில்லை. நெடுங்கிள்ளியை அணுகினார். அவர் முன் அமர்ந்தார்.

"அரச குலத்திலே பிறந்து மிக்க வலிமையோடிருக்கும் தலைவன் நீ; இங்கே நீயாக மேற்கொண்ட சிறைக்குள் அடைபட்டுக் கிடக்கிறாய் இது தகுமா?" என்று கேட்டார்.

"அரசர்களுக்கு வழக்கமான செயல்தானே இது?" என்றான் நெடுங்கிள்ளி.

"அரசருக்கு இது வழக்கமென்கிறாயே! இங்கே உன்னைச் சூழ இருக்கும் காட்சிகளைப் பார்த்தாயா? உன்னுடைய படையிலுள்ள யானைகள் எப்படி இருக்கின்றன? அவை முன்பு எப்படி வாழ்ந்தன? எண்ணிப் பார். தினந்தோறும் பெண் யானைகளின் கூட்டத்தோடு களிறுகள் குளத்துக்குச் சென்று படிந்து நீராடி இன்புறும். நெல்லைக் கதிரோடு தின்னும் சோழ நாட்டு யானைகள் அல்லவா அவை? நெய்யும் சோறுமாகப் பிசைந்து தரும் கவளத்தை உண்டு நடைபோடும் அவை இப்போது எப்படி இருக்கின்றன? கட்டுத் தறியை முறித்துத் தும்பிக்கையை நிலத்திலே புரளவிட்டுத் தடவுகின்றன. அடிக்கடி பெரு மூச்சு எறிகின்றன. பசி தாங்காமல் இடிபோல முழங்குகின்றன. இவ்வளவு காலமும் இன்புற்று வாழ்ந்த அவற்றை இப்படிப் பட்டினி போடுகிறாயே! இது தகுமா?"

நெடுங்கிள்ளி ஒன்றும் பேசாமல் கேட்டுக் கொண்டிருந்தான். அவன் ஏதாவது விடை சொல்வானோ என்று எதிர்பார்த்துக் கோவூர் கிழார் தம் பேச்சைச் சிறிதே நிறுத்தினார். அம் மன்னன் ஏதும் பேசவில்லை. புலவர் உண்மையைத்தானே எடுத்துச்சொன்னார்? அதை அவன் மறுக்க முடியுமா? அல்லது இந்த நிலை முறைப்படி ஏற்பட்டது என்று சொல்வானா? கோவூர் கிழார் மறுபடியும் பேசத் தொடங்கினார்.

"மக்கள் நிலையைக் கண்டு பொறுக்க முடியவில்லை. தாய்மார்கள் போதிய உணவு இல்லாமல் உடம்பு மெலிந்திருக்கிறார்கள். அவர்களிடம் போதிய பால் இல்லாமையால் இளங் குழந்தைகள் பசி நீங்காமல் கதறுகின்றன. அந்தக் குழந்தைகளின் அலறல் உன்

காதில் விழவில்லையா? அன்றி, விழுந்தும் உன் மனத்தைக் கல்லாக்கிக் கொண்டு விட்டாயோ?"

மறுபடியும் கோவூர் கிழார் சிறிது நேரம் தம் பேச்சை நிறுத்தி மௌனமாக இருந்தார். தாம் கூறும் வார்த்தைகள் அவன் உள்ளத்தில் இறங்கி அழுத்தமாகப் படவேண்டும் என்ற எண்ணத்தால் அப்படிச் செய்தார். உண்மையில் அவர் இந்தக் காட்சிகளை எடுத்துக் காட்டும்போது நெடுங்கிள்ளியின் அகக் கண்ணில் அவை பெரிய உருவம் எடுத்துக்கொண்டு நின்றன. அவன் ஒன்றும் பேச வழியின்றி வாயடைத்து அமர்ந்திருந்தான்.

கோவூர் கிழார் மீண்டும் தமது பொருளுடைய சொற்களை வீசலாயினர். இப்போது நெடுங்கிள்ளி அவர் கூறும் அவலக் காட்சிகளைப் பற்றிச் சிந்திக்கத் தொடங்கியிருக்கிறான் என்பதை அவனுடைய முகம் அவருக்கு எடுத்துக் காட்டியது. நன்றாகப் பதமானபொழுது அடித்து இரும்பை உருவாக்கும் கொல்லனைப்போலத் தம் சொல்லால் நெடுங்கிள்ளியின் உள்ளத்தை அடித்துப் பதப்படுத்தித் தாம் எண்ணி வந்த காரியத்தை நிறைவேற்றத் தீர்மானித்தார் புலவர் பெருமான்.

"அந்த மங்கையருடைய நிலை எவ்வளவு இரங்கத்தக்கதாக இருக்கிறது! தம்முடைய கணவர் அருகில் இருக்க, வேளைக்கு ஒரு பூவை முடித்து மணமும் மங்கலமும் விளங்க மனை விளக்குகளாகத் திகழ்பவர்கள் அவர்கள். இப்போது தம் கணவன்மார் அருகில் இருக்கவும் பூவோடு முடிக்கும் கூந்தலை வெறுமையாக முடிக்கிறார்கள். மக்கள் உணவில்லை யென்று இடும் கூக்குரல் கிடக்கட்டும். வீட்டிலே குடிக்க நல்ல தண்ணீர் இல்லை என்று வருந்துகிறார்கள். இவற்றையெல்லாம் உன் கண் கொண்டு பார்த்தாயா? இதுவா உன் ஆண்மைக்கு அழகு? நீர்வளம் மிக்க சோழ நாட்டிலே உண்ணும் நீருக்கும் பஞ்சம் உண்டாகும்படி இந்தக் கோட்டையை ஆக்கின நீ, சோழ குலத்தில் தோன்றினவன் என்று சொல்லிக்கொள்ள உரிமை உண்டா?"

புலவர் தலைவர் பேசப் பேச அவருடைய சொற்கள் நெடுங்கிள்ளியின் உள்ளத்தைச் சுட்டன. சில சமயங்களில் அவர் வார்த்தைகள் அவனை உருக்கின. மேலும் அவர் பேசிக் கொண்டே

போவதை அவன் விரும்பவில்லை. தான் செய்வது தவறு என்ற உணர்ச்சி அவனுக்கு உண்டாகிவிட்டது. அதுகாறும் தலையைக் குனிந்தவாறே கேட்டுக்கொண்டிருந்தவன் சற்றே தலை நிமிர்ந்தான்.

"புலவர் பெருமானே! என் குற்றங்களைப் பொறுக்க வேண்டும். தாங்கள் கூறுகின்ற காட்சிகளை நான் காணாமல் இருக்கவில்லை. கண்டேன்; ஆனால் கருத்தோடு காணவில்லை. இப்போது என் அறியாமையை உணர்கிறேன். இனி என்ன செய்வது என்று எனக்கு ஒன்றும் தோன்றவில்லை. தாங்கள் எப்படிச் சொல்கிறீர்களோ, அப்படிச் செய்கிறேன்" என்று மெலிந்த குரலில் அவன் பேசினான். அவன் வாயில் சொற்கள் மிடுக்கோடு வரவில்லை; தொடர்ந்தும் வரவில்லை. இடையிடையே அற்று அற்று வந்தன. புலவர் எடுத்துச் சொன்னவை அவன் உள்ளத்தை அரம்போல் அறுத்தன.

எனக்குத் தெரிந்தவை இரண்டு வழிகள். ஒன்று அறநெறி; மற்றொன்று ஆண்மை நெறி. நலங்கிள்ளி நாட்டை விட்டுப் புறத்தே சென்றிருந்த காலத்தில் நீ இந்தக் கோட்டையைக் கைப்பற்றியது அறநெறி அன்று; ஆண்மையும் அன்று. ஆதலின், 'இந்தக் கோட்டை உனக்குரியது' என்று சொல்லித் திறந்து அவனுக்கு உரியதாக்கி விடுவது நல்லது. அவ்வாறு செய்ய மனமின்றி உன் ஆண்மையைக் காட்டவேண்டுமானால் கோட்டையைத் திறந்து போர் செய்வது இரண்டும் செய்யாமல் கதவை அடைத்துக்கொண்டு ஒரு மூலையிலே பதுங்கியிருத்தல் அறமும் அன்று; ஆண்மையும் அன்று. இது கோழையின் செயல்."

நெடுங்கிள்ளி இப்போது பேசலானான்: "ஆண்மை நெறியென்றும் அறநெறியென்றும் சொன்னீர்களே. அறநெறிப்படியே செய்வதாக நான் விரும்பிக் கோட்டையின் கதவைத் திறந்து விட்டால் நலங்கிள்ளியின் படை உள்ளே புகுந்து என் படையை அழித்துவிடாதா?" என்று கேட்டான்.

"அறம் என்பது எல்லாருக்கும் பொது. நீ அறங்கருதித் திறந்தாயானால் பிறகு போர் ஏன்? பகை ஏது? உன் வீட்டில் நீயே வந்து இரு என்று வீட்டை விடும்போது, பழைய பகையை நினைத்துச் சண்டை போடுவது புல்லியோர் இயல்பு. நலங்கிள்ளி அத்தகையவன் அல்லன். நீ சமாதானத்தை விரும்புகிறாய் என்று

தெரிந்தால் அவன் உன்னையும் உன் படைவீரர்களையும் அவர்களைச் சார்ந்தோரையும் ஒன்றும் செய்ய மாட்டான். ஒரு குலத்திற் பிறந்த உன்னைத் துன்புறுத்துவதனால் அவனுக்கு ஊதியம் ஏதும் இல்லை" என்று அறிவுறுத்தினார் கோவூர் கிழார்.

நெடுங்கிள்ளி அவர் உரையின்படியே செய்யத் துணிந்தான். கோவூர் கிழாரையே முன்னிட்டுக் கொண்டு கோட்டைக் கதவைத் திறந்து விட்டான். சமாதான நோக்கத்தோடு நெடுங்கிள்ளி வருவதனை அறிந்த சோழப் படையினர் ஆரவாரித்தனர். கோட்டைக்குள் அது காறும் அடைபட்டிருந்த மக்கள் மதிலுக்குப் புறம்பே வந்து சொர்க்க போகம் பெற்றவர்களைப் போல் ஆனார்கள். கோவூர் கிழாரைத் தம்முடைய உயிரை மீட்ட பெரியார் என்று வாழ்த்தினார்கள். நெடுங்கிள்ளி தன் படையுடன் மீண்டும் தன் சொந்த இடத்துக்குப் போய்ச் சேர்ந்தான்.

கோவூர் கிழாருடைய முயற்சியால் போரின்றி அமைதி உண்டானதையும், நெடுங்கிள்ளி பகையுணர்ச்சி நீங்கிக் கோட்டையை விட்டு அகன்றதையும் கேள்வியுற்ற சோழநாட்டார் அக்கவிஞர் பிரானைப் பாராட்டிப் போற்றினார்கள். நலங்கிள்ளி அவரைத் தெய்வமாகவே கொண்டாடினான்.

6. புலவர் உயிரை மீட்டல்

ஆவூர்க் கோட்டையினின்றும் சென்ற நெடுங்கிள்ளிக்குக் கோவூர் கிழார் கூறிய அறிவுரைகள் நெடுநாள் மனத்தில் இருக்கவில்லை. கட்டிக் கொடுத்த சோறும் சொல்லிக்கொடுத்த வார்த்தையும் எத்தனை நாளைக்கு நிற்கும்? ஊருக்குப் போனவுடன் அவனுடைய நண்பர்கள் அவனுக்கு வேறு வகையில் உரை ஏற்றினார்கள். "கைக்கு வந்தது வாய்க்கு எட்டாமற் போனது போலப் பற்றிக் கொண்ட கோட்டையைக் கைவிடலாமா? எங்களுக்குச் சொல்லியனுப்பியிருந்தால் முற்றுகையிட்டிருந்த படையைத் தாக்கி உங்களுக்குத் துணையாக வந்திருக்கமாட்டோமா? தக்க சமயத்தைக் கைவிட்டுவிட்டீர்களே! இனி இப்படி வேறு காலம் வாய்க்குமா?" என்று கேட்டார்கள்.

சோழ நாட்டில் சோழ மன்னனுக்கு அடங்கிய குறுநில மன்னர்கள் சிலர் இருந்தார்கள். அவர்களை வேளிர் என்று வழங்கினார்கள். அவர்கள் தங்களுக்கென்று சிறிய சிறிய ஊர்களை உரிமையாக வைத்துக்கொண்டு சோழ அரசனுக்குத் திறை அளந்து வாழ்ந்து வந்தார்கள். எப்படியாவது சோழ மன்னனுக்கு அமைதியில்லாமல் செய்ய வேண்டுமென்ற எண்ணமே அவர்களுக்கு இருந்தது. உண்மையில் நலங்கிள்ளியிடத்திலும் அவர்களுக்கு அன்பு இல்லை; நெடுங்கிள்ளியிடத்திலும் அன்பு இல்லை. சோழ நாட்டைச் சோழ மன்னரே ஆண்டு வரவேண்டும் என்ற எண்ணமும் அவர்களுக்கு இல்லை. ஆதலால் எப்போதும் குறும்பு செய்து அமைதியைக் கெடுப்பதே அவர்களுடைய வேலையாக இருந்தது. பெருமன்னனுக்கு எதிராகச் சூழ்ச்சி செய்வதில் அவர்கள் வல்லவர்கள். அத்தகையவர்களே இப்போது நெடுங்கிள்ளியினிடம் வந்து அவன் நெஞ்சத்தில் ஆறியிருந்த பகைக்கனலை மீட்டும் மூட்டினார்கள்.

"இடம் பொருள் ஏவல்கள் கைகூடியமையால் நலங்கிள்ளிக்கு உறையூரில் இருந்து அரசாளும் உரிமை கிடைத்தது. அந்த

உரிமையை நீங்கள் இழந்து நிற்கிறீர்கள். உண்மையை ஆராய்ந்தால் நீங்களே சோழ நாட்டு ஆட்சிக்கு உரியவர்கள். நலங்கிள்ளி உங்களினும் இளையவன். நீங்கள் எங்களைப் போன்றவர்களின் பலம் இருந்தும் நலங்கிள்ளியை நேரே உறையூருக்குச் சென்று தாக்கி அரியணையைக் கைப்பற்றாமல் வாளா இருக்கிறீர்கள். தக்கபடி சூழ்ச்சி செய்து அத்தகைய முற்றுகைக்கு ஆயத்தம் செய்யுங்கள்; சோழ நாட்டில் உள்ள வேளிர்கள் அத்தனை பேரும் உங்களுக்குத் துணை வருவார்கள்'' என்று மீட்டும் நெடுங்கிள்ளிக்கு மண்ணாசையை உண்டாக்கினர்கள்.

அரச குலத்திற் பிறந்தவர்களுக்கு முறையோ, அன்றோ, எப்படியாவது தாங்கள் அரசராக இருக்கவேண்டும் என்ற ஆசை உண்டாவது இயல்பு. அது மிக வளர்ந்துவிட்டால் எல்லாவற்றையும் அடியோடு இழக்கும் வரைக்கும் அவர்களுடைய பகை முயற்சிகள் நிற்பதில்லை. இக்காலத்தில் பங்காளிகள் சில சொத்துக்களுக்காக வழக்கிட்டு நீதிமன்றங்களிலெல்லாம் ஏறித் தம்முடைய பொருளத்தனையையும் இழந்து நிற்பதையும், அப்படி இழந்தாலும் மறுபடியும் வழக்குத் தொடுக்கப் பல வகையில் முயல்வதையும் நாம் பார்க்கிறோம். நிலங்களுக்காக இவ்வளவு தூரம் போராடும் மன இயல்பே அக்காலத்தில் அரச குலத்தினரிடம் பெரிய உருவை எடுத்து நின்றது.

வேளிர்கள் மெல்ல மெல்ல நெடுங்கிள்ளியின் மனத்தை மாற்றினார்கள். அவன் மறுபடியும் நலங்கிள்ளி சோர்ந்திருக்கும் சமயம் பார்த்து உறையூரையே கைப்பற்ற வேண்டுமென்று எண்ணியிருந்தான்.

ஒரு சமயம் நலங்கிள்ளி சோழ நாட்டிலே மூண்ட கலகம் ஒன்றை அடக்குவதற்காக ஒரு படையுடன் நேரே சென்றிருந்தான். ஓர் அரசன் புதிதாக ஆட்சிக்கு வந்தால் அவன் பெரும் படையும் தக்க துணையும் உடையவனாக இல்லாமல் இருப்பின் அமைதியாக ஆட்சி புரிவது எளிதன்று. தமிழ் நாட்டு மன்னர்களுக்குள் அடிக்கடி போர்கள் நிகழ்ந்த செய்தியைப் பழைய நூல்களில் காண்கிறோம். மிகப் பெரிய போராக இல்லா விட்டாலும், சிறிய சிறிய போர்கள் நிகழும். சேர சோழ பாண்டியர் குடியிற் பிறந்த மன்னர்கள் இத்தகைய சிறிய

போர்கள் பல செய்து வெற்றியடைந்ததைத் தெரிவிக்கும் பாடல்கள் சங்க காலத்து நூல்களில் இருக்கின்றன.

நலங்கிள்ளி ஆட்சிக்கு வந்து பல ஆண்டுகள் ஆயினும் உள்நாட்டுப் பகையை முற்றும் ஒழிக்கவில்லை. நெடுங்கிள்ளி நினைத்தபோதெல்லாம் இடையூறு செய்து வந்தான். வேறு குறுநில மன்னர்களும் அடிக்கடி அல்லல் கொடுத்து வந்தார்கள். அதனால் நலங்கிள்ளி அமைதியாக வாழ முடியவில்லை.

அவன் தன் படையுடன் உறையூரை விட்டுப் போயிருந்த சமயத்தில் நெடுங்கிள்ளி சில வேளிர்களுடைய துணையுடன் உறையூருக்குட் புகுந்து கொண்டான். ஒரு நாளாவது உறையூர் அரண்மனையில் சோழருக்குரிய அரியணையில் அமர வேண்டும் என்பது அவன் ஆசை. அப்படியே அவன் உறையூரிற் புகுந்து அரண்மனையைத் தனதாக்கிக் கொண்டான். ஊரில் உள்ளவர்களால் அதைத் தடுக்க முடியவில்லை. ஆவூர்க் கோட்டையை விட்டுச் சென்ற பிறகு நெடுங்கிள்ளியால் எந்த வகையான இடுக்கணும் நேராது என்று நலங்கிள்ளி எண்ணியிருந்தான். அவனைச் சார்ந்தவர்களும் அப்படியே நினைத்தார்கள். அவனுடைய பகைமைக் கனல் உள்ளே கனன்று கொண்டிருந்ததை அவர்கள் தெரிந்து கொள்ளவில்லை.

நலங்கிள்ளிக்கு நெடுங்கிள்ளி உறையூரைக் கைக்கொண்ட செய்தி தெரிந்தது. நெடுங்கிள்ளியை ஒன்றும் செய்யாமல் விட்டது தவறு என்று அவனுக்குத் தோன்றியது. செய்யும் தொழிலிற் குறை வைத்தாலும், பகைவனை அடுவதில் குறை வைத்தாலும் தீயை விட்டு வைத்தாற் போல இறுதியில் அழிவை உண்டாக்கிவிடும் என்று அரசியல் நூல்கள் கூறுவது எத்தனை உண்மை என்பதை இப்போது அவன் தெளிவாக உணர்ந்தான்.

அவன் உறையூரில் இல்லாதிருந்தமையால் கோவூர் கிழார் வேறிடங்களுக்குச் சென்றிருந்தார். புலவர்கள் எப்போதும் ஓரிடத்தில் தங்கியிருப்பது வழக்கம் அன்று. அவர்கள் இருந்தாலும் தமிழ் நாட்டு மக்கள் அவர்களை இருக்கச் செய்வதில்லை. சோழ நாட்டிலே பிறந்தவரானாலும் மற்ற நாடுகளில் உள்ள மன்னர்களும் புலவர்களும் மக்களும் கோவூர் கிழாருடைய புலமை நலத்தை உணர்ந்து அவரை வரவேற்றார்கள். அதனால் அவர்

உறையூரினின்றும் புறப்பட்டுப் பாண்டி நாட்டுக்குப் போயிருந்தார். நெடுங்கிள்ளி இப்படிச் செய்வான் என்று அவரும் எண்ணவில்லை.

நலங்கிள்ளி விரைவில் தன் வேலையை முடித்துக்கொண்டு ஆவூர்க்கோட்டையில் வந்து தங்கினான். இந்த முறை நெடுங்கிள்ளியை அடியோடு தொலைத்துவிட வேண்டும் என்ற ஆத்திரம் அவனுக்கு உண்டாயிற்று. என்ன செய்யலாம் என்பதை யோசித்தான். கோவூர் கிழார் ஊரில் இல்லாதது பெருங் குறையாக இருந்தது. அவர் இருந்தால் போரின்றியே சமாதானம் செய்ய முயலுவார். எதற்கும் வேறு ஒரு புலவரைத் தூதாக அனுப்பி நெடுங்கிள்ளிக்கு அறிவுரைகூறச் செய்ய நினைத்தான். இளந்தத்தனார் என்னும் புலவர் அப்போது நலங்கிள்ளியினிடம் வந்திருந்தார். அவருக்கு வேண்டிய பரிசில்களை வழங்கி, "நெடுங்கிள்ளியிடமும் போய்ப் பாடி அவன் உறையூரை அடைத்துக்கொண்டிருப்பது தவறு என்பதை எடுத்துக் காட்டுங்கள்" என்று சொல்லி அவரை அனுப்பினான். புலவர்களுக்குச் சமாதானம் செய்விப்பதில் விருப்பம் அதிகம். உலகனைத்தும் பகைமையின்றிப் போரின்றி வாழ வேண்டும் என்பது அவர்களுடைய நோக்கம். அதற்குத் தங்களால் இயன்றவற்றைச் சந்தர்ப்பம் நேரும் பொழுதெல்லாம் செய்வார்கள்.

புலவர் இளந்தத்தனார் தமக்குச் சந்து செய்விக்கும் வாய்ப்புக் கிடைத்தது குறித்து மகிழ்ச்சியடைந்தார். "கோவூர்கிழார் இப்போது இருந்தால் அவர் மிக்க திறமையுடன் இதனைச் செய்து வெற்றி பெறுவார். அவருக்கு உள்ள சொல்லாற்றலும் புலமையும் ஒளியும் என்னிடம் இல்லை. ஆயினும் நல்ல செயலை ஒல்லும் வகையில் செய்வது என் கடமை" என்று சொல்லி நலங்கிள்ளியிடம் விடை பெற்றுக்கொண்டு புறப்பட்டார். உறையூரை அணுகித் தாம் புலவர் என் பதை அறிவித்துக் கோட்டைக்குள் சென்றார். யாரோ ஒற்றன் அப் புலவர் நலங்கிள்ளியிடம் சென்று வருவதைக் கவனித்தான். அவரைப் புலவர் என்று தெளியாமல், நலங்கிள்ளியினுடைய ஒற்றன் புலவர் கோலம் புனைந்து வருகிறான் என்று எண்ணிவிட்டான். தன் கருத்தை நெடுங் கிள்ளியிடமும் தெரிவித்தான்.

இளந்தத்தனார் அரண்மனைக்குட் புகுந்து நெடுங்கிள்ளியை அணுகினார். அவனே வாழ்த்தினார். அவரை ஒற்றனென்று எண்ணிய

நெடுங்கிள்ளி உடனே அவரைப் பற்றிச் சிறையில் வைக்கப் பணித்தான். பாவம்! புலவர் என்ன என்னவோ சொல்லிப் பார்த்தார். நெடுங்கிள்ளி நம்பவில்லை. அவர் சிறைக்குட் புகுந்தார். அவரை ஒறுத்து நலங்கிள்ளியைப் பற்றிய செய்திகளைத் தெரிந்துகொள்ளும்படி ஏவினான் நெடுங்கிள்ளி.

உறையூருக்குள் சென்ற இளந்தத்தனார் வரவில்லையே என்று காத்திருந்தான் நலங்கிள்ளி. புலவர் சிறைப்பட்ட செய்தி அவனுக்குத் தெரியாது. சில நாட்கள் சென்றன. நெடுங்கிள்ளி செய்யும் உபசாரத்தால் புலவர் மயங்கி அங்கேயே தங்கிவிட்டார் என்று எண்ணினான். ஆனால் அந்த எண்ணம் அவனுக்கு நீடிக்கவில்லை. ஒருகால் புலவருடைய அருமை தெரியாமல் ஏதேனும் தவறு செய்திருப்பானோ என்ற ஐயமும் உண்டாயிற்று. இப்படி அவன் கலங்கிக்கொண்டிருந்தபோது கோவூர் கிழார் வந்தார். சென்ற இடத்தில் அவருக்குச் சோழ நாட்டுச் செய்திகள் தெரிந்தன. நெடுங்கிள்ளி மறுபடியும் பழைய குற்றத்தையே செய்யத் துணிந்ததைக் கேள்வியுற்றார். அவனை உயிரோடு ஆவூரினின்றும் வெளியேறச் செய்த பொறுப்புடையவராதலால், இப்போதும் ஏதாவது செய்து இரண்டு கிள்ளிகளுக்குமிடையே நிலையான சமாதானத்தைச் செய்விக்க வேண்டும் என்ற ஆவலோடு வந்து சேர்ந்தார்.

வந்தவுடன் நலங்கிள்ளியை அணுகி நிகழ்ந்தவற்றைத் தெரிந்துகொண்டார். நெடுங்கிள்ளி உறையூரைக் கைப்பற்றியதை எண்ணிச் சினந்திருந்த நலங்கிள்ளி இப்போது இளந் இளந்தத்தனார் நிலை என்ன ஆயிற்றோ என்ற கவலையில் மூழ்கியிருந்தான். அதனை அறிந்த கோவூர்கிழார் சிறிதும் காலம் தாழ்த்தாது உடனே புறப்பட்டு விட்டார், உறையூரை நோக்கி. கோட்டைக்குள்ளே புகுந்தார். புகும்போதே விசாரித்துக் கொண்டு சென்றார். இளந்தத்தனாரை ஒற்றனென்று பற்றிச் சிறையில் வைத்திருக்கும் செய்தியைக் கேள்வியுற்றார். புலவருக்குத் தீங்கு இழைக்குமளவுக்கு மன்னன் துணிந்துவிட்டதை எண்ணி வருந்தினர். இதுமட்டுமன்று; அரண்மனையை அடைந்தபோது அவர் அறிந்த செய்தி அவரைக் கலக்கிவிட்டது. புலவர் இளந்தத்தனாரைக் கொல்லும்படி நெடுங்கிள்ளி கட்டளையிட்டு விட்டானாம். அவர் துடிதுடித்துப் போனார். யாரையும் எதையும் சட்டை செய்யாமல் விரைந்து

அரண்மனைக்குள்ளே சென்றார். அவரை அறியாதவர்கள் யாரும் அங்கே இல்லை; அவரை மதிக்காதவர்களும் இல்லை. அவர் வந்த செய்தி எங்கும் பரவிவிட்டது.

நேரே நெடுங்கிள்ளியிடம் சென்றார். அவருக்குச் சினம் உண்டாவது அரிது. ஆயினும் இப்போது கோபம் உண்டாகியிருந்தது. படபடப்புடன் பேசினார்: "அரசே! என்ன காரியம் செய்யத் துணிந்தாய்? ஏழைப் புலவன் என்றால் என்ன வேண்டுமானாலும் செய்வதென்று நினைத்துவிட்டாயா? தமிழ் நாட்டில் இதுகாறும் மன்னர்கள் செய்ய அஞ்சிய செயலைச் செய்யும் துணிவு உனக்கு எப்படி வந்தது?" என்று வேகமாகப் பேசினார்.

நெடுங்கிள்ளி கோவூர் கிழாரைக் கண்டவுடனே உள்ளூற அச்சங்கொண்டான்; புலவர் பெருமானே! அமர வேண்டும்" என்றான்.

நான் அமர மாட்டேன். முதலில் புலவர் இளந்தத்தனாரைச் சிறையினின்றும் விடுதலை செய், பிறகுதான் நான் அமர்ந்து பேச இயலும்" என்றார்.

புலவனா? ஒற்றனல்லவா அவன்? புலவனென்று நான் ஏமாந்து போவேனா?

கோவூர் கிழாருக்குக் கோபம் அதிகமாயிற்று. மன்னர்களுக்கு, அதுவும் பகையுணர்ச்சியுள்ள மன்னர்களுக்கு, கண் சரியாகத் தெரியாது. புலவர்களை அறிந்துகொள்ளும் ஆற்றல் இல்லாமற் போவதைக்காட்டிலும் பெரிய தவறு இல்லை. நான் புலவன். நான் சொல்லுகிறேன்: இளந்தத்தனார் என்னைப்போல ஒரு புலவர்" என்று கூறினார்.

"புலவர் பெருமானே! மன்னிக்க வேண்டும்; அவர் புலவர் என்பதற்கு அடையாளம் என்ன?"

"அடையாளமா கேட்கிறாய்? அவரிடத்தில் உள்ள புலமை அடையாளம்; அவரிடத்தில் குடி கொண்டிருக்கும் தமிழ் அடையாளம். அவர் பொன்னும் பட்டாடையும் புனைந்து

மன்னரைப் போல் இருக்க மாட்டார். எங்களுக்குச் செல்வம் இல்லை; ஆரவாரம் இல்லை; பொன் இல்லை; கண்ணைக் கவரும் ஆடையணிகள் இல்லை; அடையாளங்கள் இல்லை. யார் தரமறிந்து பாராட்டு பாராட்டுகிறார்களோ அவர்களை நாடுவோம். வரிசையறியும் வள்ளல்களைத் தேடி அவர்களிடம் வரிசைக்கேற்ற பரிசில் பெறுவதற்காக ஏங்கிக் கிடக்கும் வாழ்க்கை இது. எங்களால் யாருக்கும் தீங்கே உண்டாவதில்லை. எங்களுக்குப் பகைவர் யாரும் இல்லை. எல்லா ஊரும் எங்கள் ஊரே. எல்லாரும் எங்கள் சுற்றத்தார். நாடுடைய அரசர்களுக்குத் தான் வலிமையும் பெருமையும் உண்டென்று சிலர் நினைக்கிறார்கள். எங்களுக்கும் இறுமாப்பு உண்டு; பெருமிதம் உண்டு. மண்ணையாளும் செல்வத்தையுடைய நீங்கள் நில வேந்தர். நாங்கள் புல வேந்தர். எங்களை ஏழைகள் என்று எண்ண வேண்டாம். எங்களுக்கு அறிவுடையுலகம் தலை பணியும்; துணை நிற்கும். எங்களைப் பகைத்துக் கொண்டவர்கள் நாணத்தை அடைந்து தலை யிறக்கமடையும்படி உலகம் செய்துவிடும். நாங்கள் எப்போதும் யாருக்கும் தலை குனியமாட்டோம்.''

அவருடைய மனத்தில் உள்ள கோபத்தின் அளவை நெடுங்கிள்ளி உணர்ந்துகொண்டான். மன்னர்களை யெல்லாம் பகைத்துக்கொண்டாலும் புலவர்களைப் பகைத்துக்கொள்ளக் கூடாது. புலவர்களுக்குத் தீங்கு இயற்றுபவர்கள் இம்மை, மறுமை இரண்டையும் இழப்பார்கள். உலகம் உள்ளளவும் அவர்களுடைய பழி நிற்கும். இந்த உண்மைகளை நெடுங்கிள்ளி அறியாதவன் அல்லன். இளந்தத்தனாரைப் புலவர் என்று அவன் நினைக்கவில்லை; ஒற்றனென்றே உறுதியாக எண்ணிவிட்டான். அதனால்தான் கோவூர் கிழாரின் கோபத்துக்கு ஆளானான்!

உடனே இளந்தத்தனாரை விடுவிக்கச் செய்தான். கோவூர் கிழார் சிறிது நேரங் கழித்து வந்திருந்தால் இளந்தத்தனாரின் உயிரை மீட்க முடியாமல் போயிருக்கும். நல்ல வேளை தக்க சமயத்தில் வந்து அவரைக் காப்பாற்றினர். நெடுங்கிள்ளியுடன் நெடுநேரம் பேச அவருக்கு விருப்பம் இல்லை. தாம் வந்த காரியம் நிறைவேறினவுடன் இளந்தத்தனாரையும் அழைத்துக்கொண்டு புறப்பட்டு விட்டார். அவருடைய கோபத்தை நேரிலே கண்ட நெடுங்கிள்ளியும் அவரைத் தங்கிச் செல்லும்படி சொல்லாமல் விடை கொடுத்தனுப்பினான்.

கோவூர் கிழார், புலவர் இளந்தத்தனர் உயிரை மீட்ட மகிழ்ச்சியோடு உறையூர்க் கோட்டையினின்றும் வெளிவந்தார்.
இளந்தத்தனாரையும் உடன் அழைத்துக்கொண்டு நலங்கிள்ளியை அணுகினார்.

7. உறையூர் முற்றுகை

"இனியும் நாம் சும்மா இருப்பது அழகன்று. அவனை அடியோடு அழித்தாலன்றி நாம் அமைதியாக வாழ முடியாது. பாம்போடு ஒரு வீட்டில் வாழலாம். பகையோடு ஒரு நாட்டில் வாழ முடியாது. நாம் எதற்காக அஞ்ச வேண்டும்? நம்மிடம் படைப்பலம் இல்லையா?" என்றான் அரசன் நலங்கிள்ளி.

இளந்தத்தனாரை நெடுங்கிள்ளி சிறையில் வைத்து வருத்தினதையும் அவரைக் கொன்றுவிட முயன்றதையும் கேட்டபோது நலங்கிள்ளியின் குருதி துடித்தது. சோழ நாட்டிற்கே இதைக் காட்டிலும் வேறு அவமானம் இல்லையென்று எண்ணினான். தன் ஊரைப் பிடித்துக்கொண்டு அடைத்திருப்பதைப் பொறுத்துக் கொள்ளலாம்; புலவரைக் கொல்லத் துணிந்த இந்த அடாத செயலைப் பொறுக்கக்கூடாது என்று தோன்றியது. "நெடுங்கிள்ளியைப் பற்றிக்கொண்டு வந்து சிறையில் அடைத்துச் சித்திரவதை செய்து கொல்லவேண்டும். மன்னர் குலத்துக்கே யல்லவா மாசு தேடிக்கொண்டான், அந்தப் பாவி? தமிழ் நிலத்துக்கு, தமிழ் மரபுக்கு, தமிழன் சான்றாண்மைக்குத் தகாத செயலையல்லவா அவன் செய்து விட்டான்?" என்று அவன் கனன்றான். அவன் அரசன் அல்லவா? அவனுடைய கோபம் பொங்கியது. கண்கள் சிவந்தன. அந்த நிலையில் யார் எதிரே நின்றாலும் கண்பார்வையாலே சுட்டு விடுவான். "இனி ஒரு கணமும் தாமதம் செய்யக் கூடாது. படைத் தலைவரை அழைத்து வா" என்றான். படைத்தலைவர் வந்து முன் நின்றர். "உடனே படையைக் கொண்டு சென்று உறையூரை முற்றுகையிடுங்கள்" என்று கட்டளையிட்டு விட்டான்.

கோவூர் கிழார் இவற்றையெல்லாம் பார்த்துக் கொண்டிருந்தார். சோழனுக்கு வந்த கோபத்தைக் கண்டு ஒரு வகையில் அவருக்கு உள்ளத்துள்ளே மகிழ்ச்சி உண்டாயிற்று. புலவருக்குத் தீங்கு இழைத்த செயலைப் பொறாமல் வெகுண்டான் சோழன் என்பதை நினைக்கும்போதுதான் அந்த மகிழ்ச்சி உண்டாயிற்று.

மன்னனுடைய கட்டளைப்படியே சோழர்படை, உறையூரை முற்றுகையிட்டது. ஆவூர் முற்றுகையைப்போல் இந்த முறை வெறுங் காவலாக இருக்கக் கூடாது. என்ன வந்தாலும் சரி; உறையூர்க் கோட்டைக்குள் புகுந்து பகைவர்களை ஒழித்துவிட வேண்டும்'' என்று நலங்கிள்ளி சொன்னான். ஆகவே, போரிடும் வகையில் ஆயத்தமாகச் சோழப் படை உறையூர் மதிலைச் சூழ்ந்து நின்றது.

படை முற்றுகையிட்ட பிறகு, இனி எப்படிப் போரை நடத்துவது என்பதை அமைச்சர்களுடன் ஆராயத் தலைப்பட்டான் அரசன். இனி முடிந்த முடிபாக நெடுங்கிள்ளியின் குறும்புக்கு ஒரு முடிவு கட்டவேண்டும் என்ற உறுதியே அவனிடம் மேலோங்கி நின்றது. அமைச்சர்களும் கோவூர் கிழாரும் அங்கே இருந்தனர். அப்பொழுது தன் கருத்தை நலங்கிள்ளி வெளியிட்டான்.

அமைச்சர்கள் அவனுடைய கருத்துக்கு மாறு சொல்லவில்லை. தம்முடைய மன்னனது கருத்தே ஏற்றதென்று சிலர் கூறினர். மன்னன் கோவூர் கிழாரை நோக்கினான். "இப்போது புலவர்பெருமான் முன்பு சொன்னபடி சொல்லமாட்டார் என்று நினைக்கிறேன். புலவர்களை அவமதிக்கும் மன்னனை ஒறுப்பதற்குப் புலவரே தடை சொல்வாரா?'' என்றான். அவ்வாறு கூறுகையில் அவன் சிறிதே புன்முறுவல் பூத்தான்.

ஆனால் கோவூர் கிழார் கூறிய வார்த்தை அவனுக்கு வியப்பை உண்டாக்கியது. அவன் அதை எதிர்பார்க்கவில்லை. "ஆம்; புலவர்களுக்குத் தீங்கு செய்யும் குற்றம் மிகப் பெரியது. ஆனாலும் புலவர்களைவிடப் பெரியவர்கள் குடி மக்கள். அவர்களுக்குத் தீங்கு வராமற் பாதுகாக்க வேண்டும்'' என்றார் கோவூர் கிழார்.

இளந்தத்தனாரைச் சிறையிலிட்டதற்காக நெடுங்கிள்ளியிடம் அவருக்குச் சினம் உண்டானது உண்மை. ஆனால் அது குணமென்னும் குன்றேறி நின்றவருடைய வெகுளி அல்லவா? அது உடனே மாறிவிட்டது. நலங்கிள்ளிக்கும் நெடுங்கிள்ளிக்கும் போர் மூண்டால் உறையூரில் வாழும் மக்களுக்கும் அவ்வூருக்கும் ஏதும் உண்டாகும் என அஞ்சினார். இந்தப் போருக்கு மூல காரணமாக உள்ள பகைமையை நீக்க ஏதாவது வழி செய்ய வேண்டும் என்று

நினைத்தார். 'இப்படியே இவர்களிடையில் உள்ள பகைமை மறைந்தும் வெளிப்பட்டும் துன்பத்தை உண்டாக்குவதானால் சோழநாட்டின் புகழுக்கும் நன்மைக்கும் கேடு உண்டாகும். இவர்களை எப்பாடுபட்டாவது ஒற்றுமையாக வாழும்படி செய்துவிடவேண்டும்' என்று அவர் தீர்மானித்துக்கொண்டார்; ஆகவே, அதற்கு ஏற்ற வகையில் பேசினார்.

"அறிவில்லாத மன்னனால் மக்களுக்குத் தீங்கு வரத்தான் வரும். புலவர்களையே மதிக்காதவன், குடிமக்களின் உயிரை மதிக்கப் போகிறானா? முன்பு குழந்தைகளையும் பெண்டிரையும் பட்டினி போட்டுக் கொல்லத் துணிந்தவன்தானே அவன்?" என்று நலங்கிள்ளி கூறினான்.

"அவன் செய்வது இருக்கட்டும்; போர் என்று வந்தால் ஒரு சாரார்மட்டும் தீங்கு இழைப்பதில்லை. இரு சாராரும் மக்களுக்கும் பொருள்களுக்கும் அழிவை உண்டாக்கி அமைதியைக் குலைத்துத் தாமும் அமைதியின்றி நிற்கிறார்கள்" என்றார் புலவர்.

"அமைதியை விரும்புபவன்தான் நான். முதுகண்ணன் சாத்தனாரும் தாங்களும் கூறிவந்த அறிவுரைகளை நான் மறக்கவில்லை. ஆனால் முள்ளை முள்ளால் எடுப்பதுபோல அமைதியைக் குலைக்கும் பகைவனைப் போர் செய்துதானே அடக்கவேண்டும்?" என்று சோழ மன்னன் கேட்டான்.

"பெரிய பகையாக இருந்தால் மன்னர்பிரான் சொல்வது உண்மைதான். ஆனால் நெடுங்கிள்ளியின் பகை அத்தகையதன்று. ஒரு குலத்திற் பிறந்தமையால் உண்டான ஆசை அது. அவனும் சோழ குலத்திற் பிறந்தவன். நீங்களும் அக் குலத்திற் பிறந்தீர்கள். உங்கள் தலையில் அணிந்திருக்கும் அடையாள மாலையாகிய ஆத்தியையே அவனும் கண்ணியாக அணிந்திருக்கிறான். இரண்டு பேரும் போர் செய்து, ஒருவர் தோற்றுப்போனால், 'சோழன் தோற்றான்' என்றே உலகம் சொல்லும். வெற்றி யாரேனும் ஒருவர் பங்கில்தான் இருக்கும். ஒருவர் வென்றால் மற்றவர் தோற்பார். தோல்வியுறுபவன் நெடுங்கிள்ளியாக இருந்தாலும் அவன் வந்த குடிக்கு அது தோல்வி; அந்தக் குடி உங்கள் இருவருக்கும் உரிய சோழகுலமல்லவா?"

நலங்கிள்ளி வியப்பில் ஆழ்ந்தான். புலவர் பெருமான் சோழர் குடிப் பெருமையிலே கருத்தூன்றிப் புலவர் குடிக்கு நேர்ந்த துன்பத்தை மறந்து விட்டாரென்பதை எண்ணியே வியந்தான்.

"யோசித்துப் பாருங்கள். சோழர் குடிப் பெருமை மிகமிகப் பழங் காலமுதல் வளர்ந்து வருவது. இதை அழிப்பது முறையன்று. கொண்டும் கொடுத்தும் உறவை வலிமைப்படுத்த வேண்டும். குற்றம் பார்த்தால் சுற்றம் இல்லை. நெடுங்கிள்ளி தங்களைக் காட்டிலும் ஆண்டில் முதிர்ந்தவன். இன்னும் சில ஆண்டுகளே வாழ்வான். அதுவரையில் அவன் அமைதியாக வாழும்படி நாட்டின் ஒரு பகுதியில் அவனை நிறுவி ஆட்சி புரியச் செய்யலாம்; அவனும் பதவி மோகத்தால் விளைவதை எண்ணாமல், அறியாமையால் ஏதேதோ செய்துவருகிறான். ஒரு குடியிற் பிறந்தவர்கள் தமக்குள் முரண்பட்டுப் போர் செய்தால் குடிப் பெருமைக்கு இழுக்கு வந்து விடும். தொன்றுதொட்டு இந்தக் குடிக்குப் பகைவராக இருக்கும் சேர பாண்டியர்கள் இந்த நிலையைக் கண்டு மகிழ்ச்சி அடைவார்கள். ஆதலின், நெடுங்கிள்ளியின் விருப்பத்தை அறிந்து ஒருவகையாக நிறைவேற்றி, இனி இத்தகைய சண்டை நேராமல் அமைதியை உண்டாக்குவது தான் தக்கது என்று எனக்குத் தோன்றுகிறது."— கோவூர் கிழார் தம் பேச்சை நிறுத்தினார். அரசன் சிந்தனையுள் ஆழ்ந்தான். அமைச்சர்கள் கோவூர் கிழார் பேசியதைக் கேட்ட பிறகு, அவர் கூறும் வண்ணமே செய்தல் நலம் என்று தெளிந்தார்கள்.

சிறிது நேரங் கழித்து நலங்கிள்ளி கோவூர் கிழாரை நோக்கிப் பேசலானான்: "புலவர் பெருமான் கூறியது அனைத்தையும் நான் சிந்தித்தேன். அமைதி வேண்டும் என்பதே என்னுடைய விருப்பம். ஆனால் அவன் அதற்கு இடங் கொடுக்கவில்லையே! அவன் விருப்பத்தை அறிந்து நிறைவேற்றலாம் என்று நீங்கள் சொல்கிறீர்கள். தானே சோழ அரசுக்கு உரியவனாக முடி சூட வேண்டுமென்று அவன் விரும்பினால் அதற்கு நாம் உடம்படுவதா?"

இப்போது புலவர் அதற்கு விடை கூறினார்; "அவனுக்கு அந்த ஆசை இருப்பது இயல்புதான். ஆனாலும் இதுகாறும் அவனுடைய முயற்சி ஒன்றும் பயன்படவில்லை. யாரோ நண்பர்கள் அவ்வப்போது

தூண்டி விடுவதனால் இத்தகைய காரியங்களைச் செய்கிறான் என்று எனக்குத் தோன்றுகிறது. நான் அவனை அணுகி, எப்படியாவது அவனுக்கு நல்லுரை கூறி இனித் தொல்லை கொடுக்காமல் வாழும்படி செய்யக் கூடும் என்று நினைக்கிறேன். என் முயற்சி வெற்றி பெற்றால் எல்லோருக்கும் நன்மை, சோழர் குடிக்கும் இழுக்கு வராது'' என்றார்.

''நீங்கள் அவனைத் திருத்த முடியும் என்று உறுதியாக நம்பினால் நான் அதற்குத் தடை கூறவில்லை. எப்படியாவது நாட்டில் அமைதி உண்டானால் நான் அளவற்ற மகிழ்ச்சி அடைவேன்'' என்று நலங்கிள்ளி கூறினான். அவனுடைய சினம் ஒருவாறு ஆறியது.

மேலே கோவூர் கிழார் தம்முடைய அன்புத் தொண்டிலே ஈடுபட்டார். நெடுங்கிள்ளியிடம் சென்றார். அவனுக்கு நேர்மையான நெறி இது என்று எடுத்துக் காட்டினார். அவருடைய அறிவு நிரம்பிய பேச்சு வென்றது. நெடுங்கிள்ளி சோழ நாட்டின் ஒரு பகுதியைத் தனக்கு உரிமையாகப் பெற்று வாழ ஒப்புக்கொண்டான். நலங்கிள்ளியும் கோவூர் கிழார் கூறியதற்கு இணங்கினான்.

மீட்டும் சோழ நாட்டில் அமைதி நிலவியது. நெடுங்கிள்ளி தன் பகையுணர்ச்சியையும் ஆசையையும் விட்டொழித்து அமைதியாக வாழ்ந்தான். நலங்கிள்ளி பழையபடியே உறையூரில் இருந்து அரசாட்சி செய்து வந்தான். கோவூர் கிழாருடைய நட்பால் தனக்கு வரும் புகழையும் நன்மைகளையும் நன்கு உணர்ந்து அவரைப் போற்றிப் பாராட்டி வணங்கினான்.

சில ஆண்டுகளில் நெடுங்கிள்ளி இறந்தான். காரியாறு என்ற இடத்தில் அவனுக்குச் சமாதி கட்டினார்கள். அதனால் அவனைக் காரியாற்றுத் துஞ்சிய நெடுங்கிள்ளியென்று பிற்காலத்தார் வழங்கினர்.

8. கவிச் செல்வம்

சோழ மன்னன் நலங்கிள்ளி பகைவர் யாரும் இன்றி அமைதியாக நாட்டை ஆண்டு வந்தான். அவனுடைய அவைக்களப் பெரும் புலவராகக் கோவூர் கிழார் வீற்றிருந்தார். பாணரும், பொருநரும், கூத்தரும், புலவரும் வந்து தங்கள் கலைத் திறமையைக் காட்டிப் பரிசில் பெற்றுச் சென்றனர்.

கோவூர் கிழார் பல பாக்களைப் பாடினார். அவருடைய கவிதையைக் கேட்டுச் சோழன் இன்புற்றான். ஒரு பாணனை நோக்கி மற்றொரு பாணன் பாடியதாக ஒரு பாட்டு இருக்கிறது. யாரேனும் மன்னரிடத்திலோ செல்வரிடத்திலோ பரிசு பெற்ற பாணன் ஒருவன் வழியிலே சந்தித்த மற்றொரு பாணனைக் கண்டு, "நீயும் அவனிடம் போனால் பரிசில்களைப் பெறுவாய்" என்று சொல்லி, அந்த வள்ளல் இருக்கும் இடத்திற்குப் போகும் வழி இது என்று கூறுவதாகப் பாடுவது ஒரு வகைப் பாட்டு. இத்தகைய பாடலைப் பாணாற்றுப் படை என்று சொல்வார்கள். கோவூர் கிழார் பாடியதும் பாணாற்றுப் படையாக அமைந்ததே. பாணனுடைய வறிய நிலையையும், அவன் தன்னுடைய கலையின் அருமையை அறிந்து பாராட்டுவாரைத் தேடி அலைவதையும் அதில் கூறியிருக்கிறார்.

"சுற்றத்தாரின் கடுமையான பசியைத் தீர்ப்பவரைக் காணாமல் அலைகிற பாணனே! இங்கே என்ன செய்துகொண்டிருக்கிறாய்? உன் கலையை உணர்ந்து இன்புற்றுப் பரிசில்களை வழங்கும் வள்ளல் ஒருவன் இருக்கிறான். அவனிடம் செல். சோழ நாட்டில் உறையூரில் அந்த வள்ளலாகிய நலங்கிள்ளி இருக்கிறான். நீ அவனிடம் செல்வாயானால் இனியும் வேறு ஒருவருடைய வாசலை மிதிக்க வேண்டாதபடி உனக்கு நிறையப் பரிசில்களை வழங்குவான். பிறர் வாசலை நீ அடியோடு மறந்தே போய் விடுவாய்" என்ற பொருளையுடையது அந்தப் பாடல்.

பொருநன் ஒருவன் பாடியதாக ஒரு பாட்டைப் பாடினார். அதில் அந்தப் பொருநன், சோழநாட்டில் உள்ள பெருவீரனும், அசைகின்ற பிடரி மயிரை அணிந்த குதிரையையுடையவனுமாகிய நலங்கிள்ளி விரும்பிப் பாதுகாக்கும் பொருநர் நாங்கள். நாங்கள் வேறு யாரையும் பாடிப் பரிசில் பெற விரும்பமாட்டோம். அவனையே பாடுவோம். அவன் முயற்சிகள் வாழட்டும்'' என்று கூறுவதாகச் சொல்லியிருக்கிறார்.

மற்றொரு பாட்டில் ஒரு பொருநன், நலங்கிள்ளி தன் வறுமையை நீக்கியதைச் சொல்லிப் புகழ்வதாகப் பாடியிருக்கிறார். 'உலகத்திலுள்ள யாவரும் தூங்கவும் தான்மட்டும் தூங்காமல் மக்களுக்கு நன்மை செய்யும் வகைகளை எண்ணி உலகத்தைக் காக்கும் தன்மையுடையவன் நலங்கிள்ளி' என்று அந்தப் பொருநன் சொல்கிறான்.

பலர் துஞ்சவும் தான் துஞ்சான்
உலகம் காக்கும்.

'அவன் தனக்குப் பகையாக இருந்த வேந்தர்தளையும் பிறரையும் அழித்துப் போக்கவல்லவன். அது பெரிதன்று. அதோடு, தன்னை வந்து அண்டிய எங்களைப் போன்றவர்களுக்குத் தீராப் பகையாக வாய்த்திருக்கும் பசிப் பகையையும் ஒழிக்கும் வன்மையை உடையவன்' என்று பாராட்டுகிறான்.

தன் பகை கடிதல் அன்றியும் சேர்ந்தோர்
பசிப்பகை கடிதலும் வல்லன் மாதோ!

நலங்கிள்ளியைப் புகழும் இந்தப் பாட்டுப் புறநானூறு என்ற நூலின் இறுதிப் பாடலாக அமைந்திருக்கிறது. அந்த நூலைப் படித்து முடிக்கின்றவர்கள் கோவூர் கிழாரையும் நலங்கிள்ளியையும் நினைத்துக்கொண்டே புத்தகத்தை மூடுவார்கள்; நானூறு பாடல்களையுடைய அத்தொகை நூலின் இறுதியில் இந்தப் பாட்டைப் பிற்காலத்தில் நூலைத் தொகுத்தவர்கள் வைத்துக் கோத்திருக்கிறார்கள்.

சோழன் நலங்கிள்ளியின் அவைக்களத்துக்கு அணியாகக் கோவூர் கிழார் விளங்கியமையால் அந்த மன்னனுடைய புகழ் எங்கும் பரவியது. பல புலவர்கள் அடிக்கடி வந்து அவனைப் பாடினார்கள். கோவூர் கிழார் வழங்கிய கவிச் செல்வத்தைத் தமிழ் நாடு பெற்றது.

9. உயிர் மீண்ட குழந்தைகள்

சோழன் நலங்கிள்ளி புகழுடம்பு பெற்றான். அவனுடைய பிரிவாற் புலவர்கள் மிக வருந்தினார்கள். கோவூர் கிழாருக்கு உண்டான துயரத்துக்கு எல்லையே இல்லை. 'இனி உறையூரில் இருப்பது எதற்காக?' என்ற நினைவினால் அவர் கோவூருக்கே சென்று தங்கலானார்.

நலங்கிள்ளியின் பிரிவினால் அடைந்த துயரம் கோவூர் கிழாருக்கு எளிதில் மாறவில்லை. பிறகு ஆட்சியை மேற்கொண்ட கிள்ளிவளவன் அவரைக் காணவேண்டும், தன் அவைக்களப் புலவராக வைத்துப் பாராட்டிப் போற்றவேண்டும் என்று விரும்பினான். அடிக்கடி உறையூருக்கு வரவேண்டும் என்று சொல்லியனுப்பினான். கோவூர்கிழார் சிலமுறை உறையூர் சென்றார். அரசன் அவரைச் சிறப்பாக உபசரித்துப் பாராட்டி உயர்ந்த பரிசில்களை உதவினான். அவற்றைப் பெற்றுக்கொண்டு மறுபடியும் தம் ஊருக்கே வந்துவிட்டார் புலவர்பிரான்.

சோழன் நலங்கிள்ளியோடு இருந்து அவனுடைய அன்பை முழுமையாகப் பெற்ற கோவூர் கிழாருக்கு அவன் இல்லாத உறையூரில் தங்க விருப்பம் இல்லை. பல ஆண்டுகள் அவனுடன் ஒன்றி வாழ்ந்தவர் அவர்; அவனால் தெய்வம் போலக் கொண்டாடப் பெற்றவர் அல்லவா?

ஆயினும் கிள்ளிவளவன் அழைக்காமலே அவனை நாடிச் செல்ல வேண்டிய சமயம் ஒன்று வந்தது. யாருக்கேனும் தீங்கு நேர இருந்தால் அந்தத் தீங்கை மாற்ற முற்படும் பெரியார் கோவூர் கிழார். பகைமை பூண்டவர்களிடையே சந்து செய்விப்பதில் வல்லவர். தம்முடைய சொல்லாற்றலாலும் கவியாற்றலாலும் மன்னர்கள் செய்யப் புகுந்த தவறான செயல்களை மாற்றும் சான்றோர் அவர். நெடுங்கிள்ளி ஒரு புலவனை ஒற்றனென்று எண்ணிக் கொல்ல நினைந்தபோது அவனிடம் முறையிட்டுப் புலவனை யமன்

வாயிலிருந்து மீட்ட செய்தி நமக்குத் தெரியும். நலங்கிள்ளிக்கும் நெடுங்கிள்ளிக்கும் இடையே இருந்த பகையை மாற்றி நன்மை செய்ததையும் பார்த்தோம். அப்படிச் செய்தமையால் சோழ நாட்டில் அமைதி உண்டாயிற்று நாட்டு வளம் பெருகியது. அது போலவே இப்பொழுதும் ஒரு பெரிய நன்மையைச் செய்ய வேண்டிய அவசியம் நேர்ந்தது. நடக்க இருக்கும் தீமையைத் தடுப்பதும் ஒரு வகையில் நன்மை செய்வதே அல்லவா?

புலவர்களின் பாராட்டுக்கு உரிய வள்ளல்கள் ஏழு பேர் தமிழ் நாட்டில் வாழ்ந்தார்கள்.

அவர்கள் வெவ்வேறு காலத்தில் இருந்தவர்கள். அவர்களுடைய வள்ளன்மை மிகச் சிறந்ததாக இருந்தமையால் அவர்களை ஒருங்கே சேர்த்துச் சொல்வது பிற்காலத்தில் வழக்கமாகிவிட்டது. அவர்களில் மலையமான் திருமுடிக்காரி என்பவன் ஒருவன். காரி என்றாலே அவனைத்தான் குறிக்கும்.

காரி திருக்கோவலூரில் இருந்து ஆட்சி புரிந்து வந்த குறுநில மன்னன். பெரு வீரன். தன்னிடம் எது கிடைத்தாலும் புலவர்களுக்கு வாரிக் கொடுக்கும் வள்ளல். அவனிடம் இருந்த படை சிறிதேயானாலும் பேராற்றலுடைய வீரர்கள் அப்படையில் இருந்தார்கள். காரியின் படைத் தலைமையில் அந்த வீரர்கள் எவ்வளவு பெரிய செயலையும் செய்யும் ஆற்றலைப் படைத்திருந்தார்கள்.

தமிழ்நாட்டு மூவேந்தர்கள் போர் செய்யும் காலத்தில் மலையமான் திருமுடிக்காரியைத் தமக்குத் துணையாக வரவேண்டுமென்று வேண்டிக் கொள்வார்கள். கெஞ்சிக் கேட்பார்கள். அவன் யாருக்குத் துணையாகச் செல்கிறானோ அவ் வேந்தன் உறுதியாக வெற்றி பெறுவான். அவன் துணை செய்தமையால் வெற்றி உண்டான போர்கள் பல. இதனால் காரியின் பெருமை எங்கும் பரவியது. அவனைத் துணையாகக் கொள்ளும் அரசர்கள் தங்கள் பேற்றை எண்ணி மகிழ்ந்தார்கள். ஆனால் பகையரசர்களோ அவனே நினைத்தாலே நடுங்கினார்கள். சோழனானாலும் சரி, சேர பாண்டியர்களானுலும் சரி, அவன் தம் பகைவருக்குத் துணையாக

வருகின்றான் என்ற செய்தியைக் கேள்வியுற்றால் மேலே போரை நடத்தாமல் சந்து செய்துகொள்ளுவார்கள்.

போரில் தமக்கு வெற்றி வாங்கித் தந்த பெரு வீரனுக்கு வேந்தர்கள் வழங்கும் பரிசு கொஞ்சமாகவா இருக்கும்? தமிழ் நாட்டில் எந்த மண்டிலத்தில் உண்டாகும் வளமும் அவனுக்கு எளிதிற் கிடைத்து வந்தது. அவன் யாருக்குப் படைத் துணையாகச் செல்கிறானோ அந்த வேந்தன் தன் நாட்டுப் பொருள்களைத் தருவான். மன்னன் வெற்றி பெறும்போது பகை வேந்தர் தம் நாட்டுப் பொருள்களை அவனுக்குத் திறையாகத் தருவார்கள். அவற்றை, "இவை உன் துணையால் வந்தவை; உனக்கே உரியவை" என்று அம் மன்னன் திருமுடிக் காரிக்கே வழங்குவான். இவ்வாறு எல்லாப் பொருள்களும் காரிக்குக் கிடைத்தன.

கிடைத்த பொருள்களைக் காரி தான் வைத்துக் கொள்வதில்லை. தன்னிடம் வந்தவர்களுக்கு வழங்கிவிடுவான். நல்லிசைச் சான்றோர்களாகிய புலவர்களிடம் அவனுக்கிருந்த மதிப்புக்கும் அன்புக்கும் ஈடு வேறு இல்லை. அவர்களுக்குத் தேரைக் கொடுப்பான்; யானையைக் கொடுப்பான்; பொன்னைக் கொடுப்பான்; வேறு பொருள்களைக் கொடுப்பான். வேந்தர்கள் அவனுக்குத் தந்த தேர்களைப் புலவர்களுக்குக் கொடுத்து அதில் அவர்கள் ஏறிச் செல்வதைக் கண்டு மகிழ்வான். கணக்கில்லாத தேர்களை அவன் இப்படி வழங்கியமையால் 'தேர்வண் மலையன்' என்ற சிறப்புப் பெயர் அவனுக்கு உண்டாயிற்று.

புலவர்களுக்கு மலையமான் திருமுடிக்காரியிடம் தனியான அன்பு இருந்தது. முடி மன்னர்களைக் காட்டிலும் அவனை மிகுதியாக விரும்பினர். எவ்வளவுதான் அவ்வேந்தர்கள் புலவர்களைப் போற்றிப் பாராட்டினாலும் அவர்கள் உள்ளத்தைத் தொடும்வண்ணம் நெருங்கிப் பழக அவர்களால் முடியாது. காரியோ தாயைப்போல அன்பு செய்தான்; தகப்பனாரைப் போல இடுக்கண் வராமற் காத்தான்; கடவுளைப் போல எல்லாவற்றையும் கொடுத்தான்; நண்பனைப் போலப் பழகினான்; குழந்தையைப் போலப் பழகுவதற்கு மிக மிக எளியவனாக இருந்தான். அவன் வள்ளல்; அறிவாளி; பெருவீரன்; அன்பிலே சிறந்தவன்; கலைஞன்;

இப்படி உள்ளவர்கள் கிடைப்பது அருமையிலும் அருமை. அதனால்தான் புலவர்கள் அவனை நாடி வந்தனர்.

இத்தகைய வள்ளல் உலக வாழ்வை நீத்தான். புலவர் உலகமே புலம்பியது. அவனுடைய துணையினால் வெற்றி பெற்ற வேந்தர்கள் தம் கை, ஒடிந்தது போலச் செயலிழந்து நின்றனர். போரில் தோல்வியுற்றவர்கள், 'இனிமேல் மலையமான் நம்மை எதிர்க்க வரமாட்டான்' என்று ஆறுதல் பெற்றர்கள். அப்படிப் பெற்றவர்களில் ஒருவன் கிள்ளிவளவன்.

மலையமானுடைய துணை இனி நமக்கு இல்லாமற்போயிற்றே என்று ஏங்கியவர்கள் சிலரே.

அவனால் விளையும் அச்சம் இல்லையாயிற்று என்று மகிழ்ந்த மன்னர்களே பலர். ஏனெனில் அவன் இன்னாருக்குத்தான் துணையாக நிற்பான் என்ற வரையறை இல்லை. நீதி உள்ள இடத்தில் அவன் இருப்பான். போர் புரியப் புகும் மன்னர்கள் யாவரும் நீதி வழியில் நிற்பார்களா? நின்றால் போர் என்பதே உலகில் நிகழாதே நீதிவழி நிற்பார் சிலராகவும், நீதியைப் புறக்கணிப்பார் பலராகவும் இருப்பதுதான் அரச குலத்தின் இயல்பு. அதனால் காரியின் மறைவு கேட்டு மகிழ்ந்த மன்னர்கள் பலர்.

புலவர்களோ தாயை இழந்த பிள்ளைகளைப் போன்ற துயரத்தை அடைந்தனர். எல்லாப் புலவர்களுமே அவனுடைய வள்ளன்மையை உணர்ந்தவர்கள். அவன் இறந்தாலும் புலவர்களின் நாவில் இறவாமல் வாழ்ந்தான்.

மலையமான் இறந்த செய்தி கிள்ளிவளவனுக்குத் தெரிந்தது. அவன் உவகை பெற்றான். 'இனிமேல் அரசர்கள் தங்கள் படைப் பலத்தை நம்பி வாழலாம். அந்தப் படைப் பலத்துக்கு ஏற்றபடி வெற்றி தோல்விகளை அடையலாம்' என்று நினைத்தான். மலையமானைப் போன்றவர்கள் வேறு யாரும் இல்லை. அதனால் மலையமானால் வேந்தர்கள் நடுநடுங்கிக்கொண்டிருந்த நிலையும் ஒழிந்தது" என்று தன் அமைச்சர்களிடம் சொன்னான். அப்படிச் சொல்லிக்கொண்டிருக்கும் போதே அவனுக்கு ஓர் ஐயம் உண்டாயிற்று.

"மலையமானுக்குப் பிள்ளைகள் இருக்கிறார்களா?" என்று கேட்டான். சிங்கம் போனாலும் அதன் குட்டிகள் இருந்தால் அவற்றால் தீங்கு நேரும் அல்லவா?

"இரண்டு பேர்கள் இருக்கிறர்களாம்" என்று ஓர் அமைச்சர் சொன்னார்.

"அப்படியா அவர்களும் மலையமானைப் போன்ற வலிமை உடையவர்களா?"

"இல்லை, இல்லை. இரண்டு பேரும் இளங் குழந்தைகள்" என்று விடை வந்தது.

"இளங் குழந்தைகளாக இருந்தால் என்ன? மலையமானுக்குப் பின் அவன் கீழ்த் தோன்றிய இரண்டு முளைகள் இருக்கின்றன. இப்போது குழந்தைகளாக இருக்கும் அவர்களே இன்னும் சில ஆண்டுகள் போனால் பெரியவர்களாகி விடுவார்கள். காசு கொடுக்கிறவனுக்காகச் சண்டை பிடிக்கிற தொழிலை மேற்கொள்வார்கள். ஒரு காரிக்கு இரண்டு காரி புறப்பட்டதுபோல ஆகிவிடும்" என்று மன்னன் கூறினான்.

"எல்லோரும் மலையமான் ஆக முடியுமா?" என்று கேட்டார் ஓர் அமைச்சர்.

"புலிக்குப் பிறந்தது பூனையாகுமா? புலியென்று சொல்வது தவறு. அந்த இர்ண்டு பேர்களும் பாம்புக் குட்டிகள். பாம்பானால் என்ன, குட்டியானால் என்ன? இரண்டும் அச்சத்தை உண்டாக்குவனவே!"

கிள்ளிவளவன் அந்தக் குழந்தைகளுக்கு அஞ்சுகிறானென்பது அவன் பேச்சினாற் புலனாயிற்று.

"எனக்கு ஒன்று தோன்றுகிறது. நம்முடைய படைத் தலைவரையோ, ஒற்றர் தலைவரையேர் கொண்டு அந்த இரண்டு பாம்புக்குட்டிகளையும் பிடித்துக்கொண்டு வரச்செய்யவேண்டும்."

அமைச்சர்கள் திடுக்கிட்டனர். அரசன் இன்ன உள்ளக் கிடக்கையோடு பேசுகிறான் என்பது அவர்களுக்குத் தெளிவாகத் தெரியவில்லை. ஒருவர் முகத்தை ஒருவர் நோக்கி விழித்தனர்.

"நான் சொல்வது விளங்கவில்லையா? இந்த இரண்டு நச்சுப் பாம்புகளும் பெரியனவாகி மன்னர் குலத்தின் நெஞ்சிலே மாளாத அச்சத்தை ஊட்டுவதற்கு முன்னே, முளையிலே கிள்ளி எறிந்து..."

"இந்தக் குழந்தைகளையா!" என்று திடுக்கிட்டு ஒருவர் கேட்டார்.

குழந்தைகள் என்று ஏன் சொல்லுகிறீர்கள்? பாம்பிலே குட்டியென்றும், பெரிதென்றும் வேறுபாடு உண்டா, என்ன? பாம்பென்று சொல்லுங்கள்."

அவன் தன் கருத்தை எடுத்துரைத்தான். காரியின் மக்களைப் பிடித்து வந்து ஒழித்து விட்டால் மலையமான் குலம் வேரொடு நாசமாகுமென்றும், அரசர்கள் அஞ்சுவதற்குக் காரணம் இல்லாமல் ஒழியுமென்றும் அவன் சொன்னான்.

அவன் அரசன்; அவன் சொற்படி நடக்கத்தானே வேண்டும்?

அரசன் ஏவலின்படி மலையமான் திருமுடிக் காரியின் மக்கள் இருவரையும் கொண்டு வந்து விட்டார்கள். அக் குழந்தைகளை யானைக் காலில் இடறிக் கொல்வதாக அரசன் திட்டம் இட்டான். அதற்கு வேண்டியன செய்யக் கட்டளையிட்டு விட்டான்.

இந்தச் செய்தி எப்படியோ வெளியிலே தெரிந்துவிட்டது. புலவர் உலகம் இதை அறிந்து பொருமியது. அந்தக் குழந்தைகளின் உயிரை எப்படியாவது காப்பாற்ற வேண்டுமென்று துடித்தார்கள். அதைச் செய்யும் ஆற்றலையுடையவர் கோவூர் கிழார் ஒருவரே என்று துணிந்து அவரிடம் ஓடிச் சென்று செய்தியைச் சொன்னார்கள்.

அப்புலவர் பெருமான் இதைக் கேட்டவுடன் இடியோசை கேட்ட நாகம் போலானர். "சோழனா இது செய்யத் துணிந்தான்?" என்று கேட்டார்.

“ஆம்! அறம் வளர்வதற்குரிய உறையூரில் வாழும் கிள்ளிவளவன்தான் இந்தத் தகாத செயலைச் செய்ய முற்பட்டிருக்கிறான்” என்று அவர்கள் கூறினார்கள்.

“என் உயிரைக் கொடுத்தாவது அந்தக் குழந்தைகளை மீட்பேன்” என்று சொல்லிப் புறப்பட்டுவிட்டார் கோவூர் கிழார்.

உறையூரை அடைந்தார். சோழன், மலையமான் குழந்தைகளின் உயிருக்கு உலைவைக்கக் கருதியது அன்றுதான். நேரே கொலைக் களத்துக்கே போய்விட்டார் புலவர். குழந்தைகள் இருவரும் அழுது கொண்டிருந்தனர். எதிரே யானை வந்து நின்றது. அங்கே புலவர் ஒரு கணந்தான் நின்றார். கொலையாளிகளைப் பார்த்தார். “சற்று நில்லுங்கள். நான் மன்னரைப் பார்த்துப் பேசிய பிறகு அவர் சொல்வதுபோலச் செய்யலாம்” என்று சொல்லிவிட்டுச் சென்றார். உறையூரில் அவர் சொல்லைத் தட்டுகிறவர் இல்லை.

அரசன் தன் மாளிகையின் மேலே நின்று கொண்டிருந்தான். கோவூர் கிழார் அவனிடம் சென்றார். அவர் தன்னை நோக்கி வருவது அரசனுக்குத் தெரிந்தது. கீழே இறங்கி வந்து அவரை வரவேற்றான்.

“முன்பு அறிவிக்காமல் இவ்வளவு விரைவாகத் தாங்கள் வந்தீர்களே!” என்றான் அரசன்.

“ஆம். வரும்படி நீ செய்துவிட்டாய்” என்று. படபடப்போடு புலவர் சொன்னார்.

“நான் சொல்லி அனுப்பவில்லையே! ஆனாலும் நீங்கள் எப்போது வந்தாலும் வரவேற்கக் காத்திருக்கிறேன்!”

“நீ சொல்லியனுப்பவில்லை யென்பது உண்மைதான். நானாகத்தான் வந்தேன். அறம் என்னை இங்கே தள்ளிக்கொண்டு வந்தது. உறையூரில் அறம் என்றும் நிலைபெற்றிருக்கிறது. அது குடி போகக்கூடாதே என்றெண்ணி ஓடி வந்தேன்.”

“இப்போது என்ன நடந்துவிட்டது? தங்கள் கருத்து எனக்கு விளங்கவில்லையே!”

“விளங்கச் சொல்கிறேன். முதலில் அந்த இளங் குழந்தைகளே விடும்படி உத்தரவு செய். புலவருலகத்தின் பழியும், அறக் கடவுளின் சாபமும், என் போன்றவர்களின் வெறுப்பும் அணுகாமல் வாழவேண்டுமானால், உடனே அந்தக் குழந்தைகளைப் பலியிடுவதை நிறுத்தச் சொல்.”

“அவர்கள் மன்னர் குலத்தையே நடுங்க வைத்த பாம்பின் குட்டிகள்...”

“கோழைகள் பேசும் பேச்சு இது. நெஞ்சில் இரக்கம் இல்லாதவர்கள் பேசுவது. இவர்கள் யார் தெரியுமா? சொல்லுகிறேன் கேள்.”

அரசன் இப்போது உண்மையிலே நடுங்கினான். கோவூர் கிழாரின் சீற்றம் அவனைத் திணற வைத்தது. ஒன்றும் எதிர் பேச அவனால் முடியவில்லை.

“இவர்களைப்பற்றிச் சொல்வதற்குமுன் நீ இன்னானென்பதை முதலில் உணர்ந்து கொள். அறிவில்லாத பறவைச் சாதியிலே பிறந்த ஒரு புறாவுக்காகத் தன் உடம்பையே அரிந்து கொடுத்த கருணையாளன் குடியிலே பிறந்தவன் நீ. தன் உயிர் போனாலும் பிற உயிர் போகக் கூடாதென்று சிபிச் சக்கரவர்த்தி செய்த அருஞ்செயலை உங்கள் குல வரலாற்றின் முதலிலே வைத்துச் சான்றோர்கள் பேசுகிறார்கள். இதை நீ நன்றாக நினைவிலே இருத்திக்கொள். இனி, இவர்களைப்பற்றிச் சொல்கிறேன். இவர்கள் உன் நாட்டுக்குக் கேடு சூழ்ந்தவர்கள் குடியில் வந்தவர்கள் அல்லர். அறிவையே நிலமாகக் கொண்டு புலமை வித்தகத்தையே உழவாகச் செய்து பிழைக்கிற புலவர்களுக்கு வறுமை உண்டானால் அதற்காக இரங்கி, தமக்குக் கிடைத்ததை அவர்களுக்கும் வழங்கிப் பின்பு எஞ்சியிருந்தால் உண்ணும் வள்ளல்களின் குடி இவர்கள் குடி. இவர்களுடைய தண்ணிய நிழலில் புலவர் உலகம் இன்பம் கண்டு வந்தது.”

கிள்ளிவளவன் மனத்தில் இந்தப் பேச்சினூடே மறைந்திருக்கும் குறிப்பு எதிரொலி செய்தது. ‘தங்கள் குடை நிழலின் கீழே உலகத்தை வைத்துக் காக்கிறோம் என்று இறுமாந்திருக்கும் பேரரசர்களால் புலவர்கள் வாழவில்லை. மலையமான் திருமுடிக்காரி போன்ற

வள்ளல்களால் தான் புலவர்கள் வாழ்கிறார்கள். அவர் குடியைப் பகைத்தால் புலவர் உலகமே வசை பாடும்' என்று கோவூர் கிழார் சொல்லாமற் சொல்வதாக எண்ணினான். அவன் அகக் கண்ணின் முன்னே பல புலவர்கள் நின்றர்கள். "நீ கொடியவன்; நீ கொலையாளி; நீ குழந்தைக் கொலை புரிபவன்" என்று ஆளுக்கு ஒரு குரலில் உரத்துக் கடவுவதாகக் கற்பனை செய்தான். அவன் உடம்பு நடுங்கியது.

கோவூர் கிழார் மேலும் பேசினார். "இவ்வளவும் இருக்கட்டும். அதோ அந்தக் குழந்தைகளைப் பார். சின்னஞ் சிறு குழந்தைகள். பாவம் தங்களுக்கு வரும் ஏதத்தை அவர்கள் உணரவில்லை. புதிய இடத்துக்கு வந்திருப்பதனால் அவர்கள் அழுதார்கள். அவர்கள் உயிரை உண்ண வந்த யானை முன்னே நிற்கிறது. அதைக் கண்டவுடன் தம் அழுகையை நிறுத்தி வேடிக்கை பார்க்கிறார்கள். எத்தனை மாசு மறுவற்ற உள்ளம்! தங்களைக் கொல்ல வந்த யானையென்று தெரியுமா? இந்தக் காட்சியைக் கண்டும் உன் மனம் இரங்கவில்லையா? இளந்தளிர் போல இருக்கும் இவர்களிடமா உன் ஆற்றலைக் காட்டுவது? நான் சொல்வது விளங்குகிறதா? நான் சொல்வதைச் சொல்லிவிட்டேன். நீயும் கேட்டாய். இனிமேல் உன் விருப்பப்படியே செய்" என்று சொல்லி எழுந்திருக்கப் போனார் புலவர்.

அரசன் தன் கையால் அவரை அமர்ந்திருக்கும்படி குறிப்பித்தான். பேச வாய் வரவில்லை. தான் செய்யப் புகுந்த தவறு அவனுக்கு இப்போது புலனாயிற்று. சிறிது நேரங் கழித்து அவன் பேசினான்: "புலவர் பெருமானே! அந்தக் குழந்தைகளை நீங்கள் காப்பாற்றவில்லை. என்னைத்தான் காப்பாற்றினீர்கள். பகையுணர்ச்சியும் செருக்கும் என் கண்ணை மறைக்க இந்தப் பாதகச் செயலைத் செய்யத் துணிந்தேன். தாங்கள் தடுத்து என்ன ஆட்கொண்டீர்கள். உங்கள் அன்பு எனக்கு எப்போதும் துணையாக இருக்க வேண்டும்."

கோவூர் கிழார் அரசனுடன் எழுந்து வந்தார். கொலைக்களத்தில் நின்ற குழந்தைகளிடம் ஓடினர். இருவரையும் தழுவிக்கொண்டார். அந்தக் குழந்தைகள் அப்போதும் அழுதார்கள்; யாரோ புதியவர்

என்ற அச்சத்தால் அழுதார்கள். புலவரும் ஆனந்தக் கண்ணீர் விட்டார்.

10. கிள்ளிவளவன் புகழ் பாடல்

காரியின் குழந்தைகளைக் கொலையுண்ணாமல் மீட்ட பிறகு கிள்ளிவளவனுக்கும் கோவூர் கிழாருக்கும் நெருக்கம் மிகுதியாயிற்று. “தங்களைப் போன்ற சான்றோர்கள் அடிக்கடி நல்லுரை கூறி வழிப்படுத்தாவிட்டால் என்னைப் போன்றவர்கள் தவறான செயல்களைச் செய்ய நேர்கிறது. தாங்கள் எனக்கு அடிக்கடி உடனிருந்து அறிவுரை கூற வேண்டும்” என்று சோழன் கேட்டுக்கொண்டான். அவன் கூறியதில் உண்மை இருந்தது. ஆதலால் கோவூர் கிழார் அதற்கு இணங்கினார்.

சோழன் செய்ய இருந்த தீய செயல் நினைந்து புலவர்கள் அவனை அணுக விரும்பவில்லை. ஆயினும் கோவூர் கிழார் இப்போது அவனுக்கு உசாத் துணைவராக இருக்கிறார் என்ற செய்தியை அறிந்து தங்கள் எண்ணத்தை மாற்றிக்கொண்டார்கள். கிள்ளி வளவனைப் பாராமல் இருந்தாலும் இருக்கலாம்; கோவூர் கிழாரைப் பாராமல் அவர்களால் இருக்க முடியாதே!

கிள்ளி வளவன் புலவர்களைப் போற்றி வாழத் தலைப்பட்டான். புலவர்களும் அவன் புகழைப் பாடினர். கோவூர் கிழார் தம்முடைய பாவினால் அவனுடைய புகழை நிலைநிறுத்தினார்.

அவன் மேலும் பாணாற்றுப்படை பாடினார். அதில் அவனுடைய மாளிகையை, வேற்றூரார் வந்து எவ்வளவு நாள் இருந்து உண்டாலும் கொண்டு சென்றாலும் குறையாத உணவுப் பொருளையுடையது என்று பாடினார். அவனுடைய நாட்டில் அங்கங்கே விருந்தினரை ஊட்டுவதற்காகச் சமையல் செய்யும் தீயைத் தவிர, பகைவர் ஊர் சுடு தீயே தெரியாதாம். அவன் மக்களுடைய பசி, தாகம் என்னும் இரண்டு நோய்களுக்கும் மருந்தாகிய சோற்றையும் நீரையும் உண்டாக்குபவன்.

கொளக்கொளக் குறைபடாக் கூழுடை வியனகர்;
அடுதி அல்லது சுடுதீ அறியாது
இருமருந்து விளைக்கும் நன்னாட்டுப் பொருநன்,
கிள்ளி வளவன்.

-புறநானூறு, *70.*

கிள்ளிவளவனிடம் பல புலவர்கள் வந்து பரிசில் பெற்றுச் சென்றார்கள். "மலையிலிருந்து பூமியிலே இறங்கிக் கடலை நோக்கி வரும் பல ஆறுகளைப் போல, புலவர் கட்டமெல்லாம் நின்னை நோக்கினர்" என்று இடைக்காடனார் பாடினார்.

மலையின் இழிந்து மாக்கடல் நோக்கி
நிலவரை இழிதரும் பல்யாறு போலப்
புலவர் எல்லாம் நின்நோக் கினரே

- புறநானூறு, *42.*

ஒரு பொருநன் கிள்ளி வளவனிடம் வந்து இனிய விருந்து உண்டு அந்த மகிழ்ச்சியினால் பாடும் முறையில் கோவூர் கிழார் ஒரு பாட்டுப் பாடியிருக்கிறார். சோழ நாட்டின் வளப்பத்தை அது மிக அழகாகச் சொல்லுகிறது. முதலில் பொருநன் தான் பெற்ற விருந்தைப்பற்றிச் சொல்லுகிறான். "சுடசுடப் பலவகை உணவுகளைத் தந்தான். வெப்பமான உணவை உண்டமையால் எங்களுக்கு வியர்த்ததேயன்றி வேலை செய்ததனால் வியர்த்தறியோம். சும்மா உட்கார்ந்து கொண்டு விருந்து அருந்தினோம். அப்படி அவன் எங்களுக்கு மதிப்பும் விருந்தும் தந்தான். அதனால் அவனுக்குப் புகழ் பரவுகிறது" என்கிறான்.

வெய்துஉண்ட வியர்ப்பல்லது
செய்தொழிலான் வியர்ப்பறியாமை
ஈத்தோன் எந்தை, இசைதன தாக.

-புறநானூறு, *386.*

அவனுடைய நாட்டு வளப்பத்தைச் சொல்கிறான் ; அவன் நாட்டில் மருத நிலமும் முல்லை நிலமும் நெய்தல் நிலமும் வளம்செறிந்து விளங்குகின்றன. வயல்களில் எங்கே பார்த்தாலும் நெல்லும் கரும்பும். கரும்பின் பாத்திகளில் வெட்டும் பருவத்தைக் காட்டும் பூவோடு அவை நிற்கின்றன. முல்லை நிலத்தில் பசும் புல்லை அருந்தும் பசு நிரைகள் இருக்கின்றன. அவற்றிற்குக் காவலாக விற்படையையுடையோர் தங்கும் சிறிய அரண்கள் அங்கங்கே உள்ளன. கடற்கரையில் புன்னை மரத்தின்மேல் ஏறி அதன் கிளையில் உட்கார்ந்துகொண்டு அந்நிலத்து வாழ்வார் காற்றினால் தள்ளப்பெற்று வரும் கப்பல்களை எண்ணுகிறார்கள். கழிப் பக்கத்தில் உப்பை விளைவித்து அதைக் குவியல் குவியலாகக் குவித்து எடுத்துச் சென்று மலையுள்ள பகுதிகளில் மக்கள் விற்கிறார்கள்.

சோழ நாட்டுச் சிறப்பை இப்படி வருணித்தார் புலவர்பிரான் கோவூர் கிழார். கிள்ளிவளவனுடைய வீரச் சிறப்பையும் சில பாடல்களில் எடுத்துரைத்தார். இந்தப் பாடல்கள் அவனுடைய பெயரை இலக்கியத்தில் பதித்து அவனுடைய புகழை இன்றளவும் தாங்கி நிற்கின்றன.

இவ்வாறு பல காலம் சோழ மன்னர்களுக்கு உசாத் துணைவராகவும் அவைக்களப் புலவராகவும் வாழ்ந்த கோவூர் கிழார் தமக்கும் தம் நாட்டுக்கும் தம்மைச் சார்ந்தாருக்கும் நன்மையை உண்டாக்கினார். பகைத்த மன்னரைப் பகை நீங்கி ஒன்றுபடச் செய்தார். தவறு செய்பவன் வேந்தனாயினும் கண்டிக்கும் முறையறிந்து கண்டித்துச் சொல்லும் சொல்லுடையவராக வாழ்ந்தார். கவிதை, படித்தும் கேட்டும் இன்பம் பெறுவதற்காக மட்டும் அமைந்ததன்று, வாழ்க்கையைச் சீர்திருத்தவும் அது உதவும் என்பதை அவர் பாட்டுக்கள் தெரிவிக்கின்றன. அக்காலத்தில் புலவர்களுக்கும் இருந்த பெருமதிப்பும், புரவலர்களும் அஞ்சி வழிபடும் தலைமை அவர்களுக்கு இருந்ததும் கோவூர் கிழாரின் வரலாற்றிலிருந்து புலனாகின்றன.

கோவூர் கிழார் மன்னர்களுக்கு அறிவுரை வழங்கினார்; புகழ் வழங்கினார். மக்களுக்குத் தீங்கு நேராமல் காத்தார். நமக்கு இனிய

கவிச் செல்வத்தை வழங்கியிருக்கிறார். அந்தக் கவிகளில் அவர் இன்னும் வாழ்கிறார்.

முற்றும்.

★★★

www.ingramcontent.com/pod-product-compliance
Lightning Source LLC
LaVergne TN
LVHW050747061126
851857LV00013B/1042